શબ્દ સાધના

(કાવ્યસંગ્રહ)

હરેશ જોશી

Made with ❤ on the Notion Press Platform
www.notionpress.com

Shabd Shadhna : Poems by Haresh Joshi,
Fanaa Book publication,
surendranagar, 2025

પ્રથમ આવૃત્તિ : 2025

મૂલ્ય : રૂ. 170 /-

પ્રકાશક :
ફના બુક પ્રકાશન,
સુરેન્દ્રનગર,
9313292321

અર્પણ

સદ્ ગુરુ શ્રી હરિ સાહેબ બાપાની પાવન પ્રેરણાથી લખાયેલ આ પુસ્તક 'શબ્દ સાધના' મારી સ્મૃતિમાં અમર એવા મારા પિતાશ્રી સ્વ:- ચંદુલાલ કુંવરજી જોશી તથા માતુશ્રી સ્વ:- બચુબાઈ ચંદુલાલ જોશી તથા મારા પ્રેરણા સ્રોત એવા મારા બંને વડિલ બંધુ સ્વ:- શિવકુમાર ચંદુલાલ જોશી તથા સ્વ :- વિશ્વનાથ ચંદુલાલ જોશીના પાવન ચરણોમાં અર્પણ...

હરેશ ચંદુલાલ જોશી. ભવાનીપર.

સામગ્રી

સામગ્રી

સામગ્રી

પ્રસ્તાવના

"શબ્દ સાધના" કવિ હરેશભાઈ જોશીના હૃદયમાં સ્ફુરેલી સંત શ્રી હરિ સાહેબ પ્રત્યેની લાગણી અને સાધનાનો અરીસો છે.

"શબ્દ સાધના" હકીકતે સંતવાણી છે, આમ તો વાણીના પ્રકાર ચાર છે. વૈખરી, મધ્યમ, પશ્યંતી અને પરા વાણી. આ તમામ વાણીઓમાં સંતવાણી જે હૃદયકમળથી ઊભી થતી સંત પરંપરા અને માનવીને શાંતિ આપતી વાણી છે.

સંતવાણીમાં સાંત્વના અને માર્ગદર્શન સાથે જીવનમાં ઉદભવતા પ્રશ્નોનાં નિરાકરણ માટે સંતવાણીની જરૂર છે. સંતવાણી બહારની જીવનશૈલી નહીં પણ આંતરિક પરિબળો કરાવે છે. પ્રેમ, નમ્રતા, ક્ષમા અને સાધનાના ગુણો આ "શબ્દ સાધના"માં સમાયેલા જોવા મળે છે. "દેવી ભાગવત"નાં કહેવાનુંસાર વાણીની અધિષ્ઠાત્રી માતા સરસ્વતી દેવી છે. જે ભગવાન શ્રીકૃષ્ણની જીભનાં અગ્ર (પ્રથમ) ભાગથી પ્રગટ થયા છે. પરમેશ્વરમાંથી પ્રગટ થતી વાણી એ જ સંતવાણીનું સ્વરૂપ છે.

કવિ હરેશભાઈ જોશી પર માતા સરસ્વતીનાં ચાર હાથ છે. કવિ હરેશભાઈ જોશી શીઘ્ર કવિ છે. તેઓની કવિતામાં સાંપ્રત ઘટનાઓની સાથે કટાક્ષ અને લાગણીસભર શબ્દોની સુગંધ રહેલી છે. તેઓ માનવી જીવનનાં ઉતાર-ચડાવને જોઈ જાણી શકે છે. માટે જ તરત હૃદયમાં કવિતા સ્ફુરે છે અને તત્કાલ તે કવિતા પ્રગટ થાય છે.

પ્રસ્તુત "શબ્દ સાધના" હિંગરીયામાં બેસતા સંતશ્રી હરિ સાહેબને કેન્દ્રમાં રાખી રચેલ કવિતાઓ છે. ક્ષમા, આત્મસમર્પણ, ભક્તિ, હરિસાહેબ પ્રત્યેની પ્રીતિ અને હૃદય ઊર્મિઓના દર્શન થાય છે. તેઓની "શબ્દ સાધના"માંથી પસાર થતાં એવું લાગે છે કે, માતા સરસ્વતી તેઓ પર પ્રસન્ન છે. તેઓ મૌન હોવા સાથે આંતરમૂખિ છે પણ તેઓનાં હૃદયમાં બિરાજતી કવિતા અંતરાત્માનો અવાજ બની પ્રગટ થતી રહે છે.

"શબ્દ સાધના" પર નજર કરતાં તે અંતરસ્ફુરણાંની કવિતા છે. કવિ હરેશભાઈ જોશી પોતાનાં મન સાથે વાત કરે છે અને બોધ જાણી સમગ્ર સૃષ્ટિને આપે છે. તેઓ પ્રવાસીને શું કહે છે ?

પથ નવ ચૂકજે પથિક તું;
ના વિપતથી ડરી જાવું;
તું માંડ ડગલાં મક્કમ થઈ
હજી લક્ષ લાંબે છે જાવું;
અવરોધ હસે, ડગલે પગલે
આવશે ઊંચા પહાડ,
ક્યાંક ઝાડી-ઝાખરાં
ક્યાંક સાવજ તણી દહાડ.

અદભુત સમજ વચ્ચે માનવીની "જિંદગી" માટે કવિ હરેશભાઈ જોશી પારદર્શક બની કહે છે.

નથી શાસ્ત્રનું જ્ઞાન કોઈ
ના જાણીયું કોઈ વેદ,
ના મંત્ર તંત્રની વિધિ કોઈ,
ના જાણ્યો ભક્તિ ભેદ.

આત્મ બોલાવે છે તે કવિ આલેખે છે અને તે લખાણમાં હ્રદયનો ઉડાણ છે. વળી મોહમાયા અને જિંદગીના મોહ માટે કવિ કહે છે:

લોભામણું છે રૂપ, પણ
એનાં દૂરથી દીદાર લેજો
દેખાય છે એવો નહીં,
ચાંદથી જરા છેટા રેજો,
ધીમાં ડગલે ચાલે ચાલ,
અવનિની આગોસ લઈ,
તાલ સંગ મિલાવે તાલ.

જીવનમાં સાવધાની એજ મજા છે. તો આ દિલની હુશનનાં કવિ લીલામી કરતાં કહે છે.

આ દિલની હુશનનો મોંઘો માલ
ખાલી ખમ્મ, કરવો છે તમામ,
ખરી દવાની હોય જો હેસિયત તો
મારે લાગણીઓનું કરવું છે લિલામ.

કવિ હરેશભાઈ જોષી છેવાડાનાં ભવાનીપર ગામમાં રહી; નિવૃત્ત જીવનમાં ખેતી કરતા કરતા શબ્દ સાધના કરી રહ્યા છે. તેઓ એક આકાશવાણી ભુજ માન્ય છે. તેઓ આકાશવાણી ભુજ પરથી સદાય પ્રસ્તુત થતાં રહે છે. તેઓને "મહારાજ"નાં ઉપનામથી નવાજે છે. "શબ્દ સાધના"માં આમ તો ઘણી રચનાઓનું સંચય થયો છે પરંતુ અમુક નજરમાં તારી આવતી કાવ્ય કણિકાઓની આછેરી ઝલક આપું છું જે ભાવના સાથે હદયનો અવાજ બની છે.

મારા સ્વપ્નાનાં વાવેતરને
સફૂલ ફાલ હું ધારતો રહ્યો;
અસલને રહ્યો, હું અવગણી
એનો અસતિત્વ હું મારતો રહ્યો.

***

સદા રહેજે તું સ્મિત સભર,
ને ખુમારી રાખજે ચાલમાં,
દર્દ દેખાડતો નહીં દુનિયાને,
તું હસતો રહેજે હર હાલમાં.

***

ના ખોલતાં તમે મારા આ
બંધ દિલ કેરા દ્વારને,
છે જખમોથી ભરપૂર
માંહે ઠેર ઠેર ચોટ છે.

***

આપણે ક્યાંક બહુ ઊંચે ટીંબે;
નાનો મિનારો કરી લઈએ,
દર્દ આપે એવી દુનિયાથી,
ચાલ, કિનારો કરી લઈએ....

"શબ્દ સાધના" હકીકતમાં કવિના આત્મામાંથી ઉદભવતી કવિતા છે. દરેક રચનામાં મર્મ છે, વ્યજંના છે, સચ્ચાઈ છે અને વાસ્તવિકતાના દર્શન છે. માટે જ કવિ હરેશભાઈ જોશીની કવિતાઓ સુંદર હોય છે. વાત અને વિચારને કાવ્યાત્મકરૂપ આપવું એ જ સાચી કવિતા છે.

"શબ્દ સાધના" સુધી પહોંચવામાં ઘણી વાર લાગે છે. પણ કવિ તે ક્ષણ સુધી પહોંચી ગયા છે. મારા પરમ પ્રિય કવિ હરેશભાઈ જોશીને શુભેચ્છાઓ આપી; "શબ્દ સાધના"ની મોજ લેવા નિમંત્રણ આપને આપું છું.

ગૌતમ જોશી "તથાગત"

1. શબ્દ સાધના

પથ નવ ચૂકજે પથિક તું, ના વિપત થી ડરી જાવું,
તું માંડ ડગલા મકમ થઈ, હજી લક્ષ લાંબે છે જાવું.

અવરોધ હસે ડગલે પગલે, આવશે ઊંચા પહાડ,
કયાંક ઝાડી ઝાંખરા, ક્યાંક સાવજ તણી ડહાડ.

છે અવશ્ય આંબવું લક્ષને, નથી જાજું ક્યાંય રોકાવું,
તું માંડ ડગલા મકમ થઈ, હજી લક્ષ લાંબે છે જાવું.

મનને બનાવજે મંદિર તું, તું હૈયામાં ધરજે હામ,
નમ રાખજે તવ નયન ને, હેત પ્રીતના પીજે જામ.

ભલે મળોના કોઈ ઘાટ તો તારે પરસેવાથી છે નાહવું,
તું માંડ ડગલા મકમ થઈ, હજી લક્ષ લાંબે છે જાવું.

યાદો રહે બસ જગતમાં, ના રહે તાજ કે રાજ,
જાવું ક્યારે જગત છોડી, ના આવે કોઈને અંદાઝ.

એજ સનાતન સત્ય છે, નથી લાવ્યા, ના લઈ જાવું,
તું માંડ ડગલા મકમ થઈ, હજી લક્ષ લાંબે છે જાવું.

૨. જિંદગી

નથી શાસ્ત્રનું જ્ઞાન કોઈ, ના જાણ્યું કોઈ વેદ,
ના મંત્ર તંત્રની વિદ્યા કોઈ, ના જાણ્યો ભક્તિ ભેદ.

હું કાલી ઘેલી ભાષામાં, ઈશ્વરની કરું છું બંદગી,
દીધાં દિન સુખ દુઃખ તણા, આભાર તારો એય જિંદગી.

દીધો તડકો મને દયા કરી, હૈયે ભરતા શીખ્યો હામ,
શરણ મળ્યું સાહેબ તણું, રટતા શીખ્યો હરિનું નામ.

નહીં સપને કોઈ આવે હવે, સંસાર તણી કોઈ ગંદગી,.
દીધાં દિન સુખ દુઃખ તણા, આભાર તારો એય જિંદગી.

માણી લીધી સંસાર તણી, મૃગજળ સમી સૌ માયા,
રાખ બની માટીમાં ભળશે, છે ક્ષણ ભંગુર આ કાયા.

દેજે દયા કરી દિન એવા, સહેવી ના પડે સર્મિંદગી,
દીધાં દિન સુખ દુઃખ તણા, આભાર તારો એય જિંદગી.

લવ લેશ નથી લહેરની, મનને કોઈ અભિલાષા,
એટલું દેજે અમ આંગણથી, કોઈ જાય નાં ભૂખ્યા પ્યાસા.

તું દેજે અમોને પ્રીત ધરી, પ્રભુ તારી જે પસંદગી,
દીધાં દિન સુખ દુઃખ તણા, આભાર તારો એય જિંદગી.

3. મોજમાં

ગયું બચપણ તારું મોજમાં, ને જવાની ગઈ જોશમાં,
ફિકરની ફાંકી કરી, તું મલપતો મદહોશમાં.
બચપણ ને જવાની તારી, વાતોમાં જ વહી ગઈ,
આખર તારી ઉંમર તને, હાથ તાળી દઈ ગઈ.

ન ક્યાં સત કર્મ કર્યું, ના પુણ્યનું ભાથું ભર્યું,
ના સંગ કર્યું સજન તણું, ના ભક્તિ કેરું રંગ ભર્યું.
તારી મસ્ત ફૂલવાડી હવે, ઉજ્જડ વાડી થઈ ગઈ,
આખર તારી ઉંમર તને, હાથ તાળી દઈ ગઈ.

અતિરેક કર્યું તેં હેતનું, ઓલાદ કેરી પ્રીતનું,
ના સદગુણ નું સીંચન કર્યું, ના સંસ્કાર કેરી રીતનું.
તારી પ્યારી ઓલાદ તને, વૃદ્ધાશ્રમે દઈ ગઈ,
આખર તારી ઉંમર તને, હાથ તાળી દઈ ગઈ.

સાંભળ્યું ઠાઠડીએ શું કીધું ? જ્યારે દીધો કોઈને કાંધો,
અવશ્ય આવીશ દ્વાર તારે, નહીં ચાલે તારો વાંધો.
તૈયાર રહેજે તું પણ હવે, નનામી કાનમાં કહી ગઈ,
આખર તારી ઉંમર તને, હાથ તાળી દઈ ગઈ.

4. ચાંદથી જરા છેટા રેજો

લોભામણું છે રુપ, પણ એના દૂરથી દીદાર લેજો,
દેખાય છે એવો છે નહીં, ચાંદથી જરા છેટા રેજો.

ચાંદી જેવું છે અંગ એનું, ધીમા ડગલે ચાલે ચાલ,
અવનીની આગોસ લઈ, તાલ સંગ મિલાવે તાલ.
ઉજ્જડ છે એનું આંગણું, આવકાર મળે તો કહેજો !
દેખાય છે એવો છે નહીં, ચાંદથી જરા છેટા રેજો.

દિલે ખાઈઓ, ખાડા ટેકરા, વિકરાળ ઊભા પહાડ,
ના કિલ્લોલ ના કુંજન કોઈ, નહીં કેશરી કેરી કોઈ ત્રાડ.
ના વાદળ ના તરુવર કોઈ, એક બુંદ જળની મળે તો કેજો,
દેખાય છે એવો છે નહીં, ચાંદથી જરા છેટા રેજો.

એ પારકા પ્રકાશે ઝળહળે, નથી ખૂદની કોઈ જ્યોત,
ના આપે કોઇને આશરો, આપે ડગલે પગલે મોત.
જાવું હોય તો જાવો ખુશીથી, તમે કફન સાથે લઈ લેજો,
દેખાય છે એવો છે નહીં, ચાંદથી જરા છેટા રેજો.

5. લીલામ

આ દિલની દુકાનનો મોંઘો માલ
ખાલી ખમ્મ, કરવો છે તમામ,
ખરીદવાની હોય જો હેસિયત તો,
મારે લાગણીઓ નું કરવું છે લીલામ..!

દઈ દેવી છે બધી દયા-ધરમની
સંપત્તિ મળેલ, શિખામણમાં,
નજીવા મૂલ્યે દઈ દેશું,
નમ્રતા છે જે આચરણમાં,
દઈ દેવી છે શરાબ 'સાયરી'ની,
નૈં વિના મૂલ્યે જખ્મોના જામ,
ખરીદવાની હોય જો હેસિયત તો,
મારે લાગણીઓનું કરવું છે લીલામ...!

વિવેકનું છે મોટું ત્રાજવું
વજનીયા છે ઘણા વહાલનાં,
શીલ સંપત્તિનો છે થળો,
હૈયે ભાવ છે જે 'હામ'ના,
દઈ દેવું છે બધું ખોટ ખાઈ,
મારે નાદારી માં નોંધાવું છે નામ,
ખરીદવાની હોય જો હેસિયત તો,
મારે લાગણીઓનું કરવું છે લીલામ..!

6. આંસુ

પાંખો કપાઈ ગઈ જે પંખીની
એ વ્યથા એના દિલ ને તો પૂછો,
હમદર્દ બની, થોડી હામ દઈ,
બે ચાર એના આંસુ તો લુછો....!

ક્યાં કોઈ લઈ શકે છે અહીં
કોઈના 'દિલે દર્દ' ઉધાર,
શાંતવના દઈ ખાલી શાંતિથી,
બે ચાર એના આંસુ તો લુછો....!

ના આપી શકો તમે સંપત્તિ
પણ સહાનુભૂતિ તો દઈ શકો !
ખભે મેલી હળવેકથી હાથ,
બે ચાર એના આંસુ તો લુછો....!

અને ક્યાં કોઈ માંગે છે સાથ
સદા હમસફર થઈ રહેવાનો,
સહારો ના આપો તો કાંઈ નહીં,
બે ચાર એના આંસુ તો લુછો....!

કોઈકની કિસ્મત પલ્ટી દે
આપના બે ચાર મીઠા બોલ,
ક્રિષ્ન બનો, એને સુદામા સમજી,
બે ચાર એના આંસુ તો લુછો....!

૭. તમારી યાદને

તમારી યાદને તાજી કરી
અમે એકલા રોયાં
સમયે જ્યારે નોખા કર્યાં
ત્યારે દિલમાં રોયાં....!

છુપાવી ગમ સ્મિતથી
હાસ્યનો મુખવટો પહેરી
ઉગડી આંખ જ્યાં રાતે
અમે સૂમસામ બહુ રોયાં....!

કદમ કદમ સઘડે
યાદ આપની આવે
ફરી ફરી એ રસ્તે ફરી
અમે મૂક બની રોયાં....!

સમય સાથે વિલય થતાં
છેલ્લાં શ્વાસ અમે જોતા રહ્યાં
મહારાજ નિસહાય અમ જાત પર
અમે લાચાર થઈ રોયાં....!

૪. મનોબળ

મહેનત જાય નહીં એળે તારી
તારા પ્રયત્ન પૂરા તું કરજે,
ચડતી પડતી તો આવે સૌની,
પણ પાછા ન પગલાં ભરજે...!

દિવસ આવે બેફામ ન બનજે,
પાછળ હોય અંધારી રાત,
ક્યારેક હશે કરોડો સાથે,
ક્યારેક કોઈ નહીં હોય સંગાથ...!

મનોબળ તારું માપસે દુનિયા
ક્યાંક છાંયો દેશે ક્યાંક તાપ,
કસોટી થાશે પળ પળ તારી,
રાખજે સબળ આત્મવિશ્વાસ....!

માટે માંડ ડગ તું મર્દ થઈ ને,
તારો સુર્ય મધ્યાને ચડશે,
મનોબળ હસે જો મેરુ સરખું,
તો તારા સૌ મનોરથ ફળશે....!

૯. અમી

યાદ આવી અમીમય આંખલડી
ને નયન વરસે આંસુડાની ધાર,
અમીદ્રષ્ટિ કાજ઼ૂ, મારું મનડું તરસે,
ને મારા દિલમાં પડ્યું દુષ્કાળ...!

ધનધોર ગરજે ને વાદળ વરસે
ને વળી મયૂર કરે ટહુકાર,
મારા રૂદિયે લાગે તીર ને,
જાણે કલેજે લાગે કટાર....!

મારી મમતા કેરી વાદળી
હતી અમી દ્રષ્ટિ અનરાધાર,
ઈશ્વર તું મુજ થી છીનવી,
તું લઈ ગ્યો તુજ દરબાર....!

અમી કિરણ હવે અસ્ત થયા
હવે હું કોને કરું પૂકાર,
જીવન લાગે સુનું સુનું,
સઘળો સુનું લાગે સંસાર...!

જીવન તણું ઉપવન મારું
સ્નેહ વર્ષા હતી જ્યાં ધોધમાર,
અમી દ્રષ્ટિ તણી વૃષ્ટિ વીણ,
મારું બાગ ભાસે ભેંકાર....!

10. મધુકર

મધુકર ને મીત નવ માનીએ
મધુકર સ્વાર્થ સરે ઉડી જાય
ભોગ વૃત્તિ ભવ ભવની
સર્વસ્વ લૂંટીને વહી જાય....!

રૂપ રસનો પ્યાસી
રૂડા રંગ દેખી લલચાય
ફોરમ ફટકેલી ફાંકડી
એવી સુવાસે દોડી જાય...!

જૂઈ રસની રંગત લઈ
પછી ચમેલી એ ચકરાય
મનભર માણી મોગરા
તોય જાસુદે નવ ધરાય....!

વૃત્તિ વંઠેલી એની એને
લજ્જામણી એ લઈ જાય
પુષ્પ બીડે એની પાંખડી
ને મોતનો ખેલ રચાય....!

ભોગ વૃત્તિની ભાવના
જે મન ઘર કરી જાય
મહારાજ એનાં ક્મોત તો
કોઈથી ટળે ના ટળાય...!

11. માણસાઈ

માણસાઈને, મુકી નેવે
આજ માણસ, બન્યો મવાલી
ભાંડ ભવાઈ ને, ચોરી ચપાટી
લલચાય, જોઈને લાલી !

રૂપિયા ખરચી રોગ લાવે
એને નિશ દિન, પ્યારી પ્યાલી,
ઘરની નારી, ઘુંઘટે રોવે
પારકી લાગે, બહુ વહાલી !

નખરાં જોવા નાણું ખરચે
સદ્ માર્ગે ખિસ્સા ખાલ્લી,
મા બાપ ને એની, ઓકાત બતાવે
પથ્થર ને પૂજે મવાલી !

12. પરિચય

ઈશ્વર તારી અજબ અજાયબી,
ખુલાસાની કોઈ જરૂર નથી,
જન્મી જગમાં, માનાં પરિચયની,
જીવ ને કોઈ જરૂર નથી !

શસ્ત્ર છૂટે સંહાર કાજ,
એનો એને ગમ નથી,
દોષી કે નિદોર્ષનાં પરિચયની,
શસ્ત્ર ને કોઈ જરૂર નથી !

સમય જ ફેરવે સૃષ્ટિ ચક્ર,
એને પંચાગની કોઈ જરૂર નથી,
ઋતુ કેરાં પરિચયની,
વાદળને કોઈ જરૂર નથી !

ગિરિ ખોળેથી નીકળે ઝરણું,
સંગ ભોમિયાની કોઈ જરૂર નથી,
સાગર કેરાં પરિચયની,
સરિતાને કોઈ જરૂર નથી !

કર્મથીજ ઓળખાય માનવી,
ઘાટ જોવાની કોઈ જરૂર નથી,
કુંડળી કેરા ગ્રહ જોવાની,
'મહારાજ'ને કોઈ જરૂર નથી !

13. વિજેતા નં.1

કેનવીનું પ્રથમ પગથીયું,
માનાં ઉદર ને જાણ,
યુધ્ધ કૌશલ્ય લઈ અવતરીયો,
અભિમન્યુ એનું પ્રમાણ...!

ઉદર કેળવણી લઈ અવતરીયા,
એ જેનું સ્થાન,
કુળ ઉજાગર ઉપજ્યા
ધ્રુવ પ્રહલાદ એનું પ્રમાણ...!

કળા, સંભવે કેળવણીએ,
કેળવણી એ સાંપડે જ્ઞાન,
આત્મબળની કેળવણી,
એકલવ્ય એનું પ્રમાણ...!

કેળવણી એ કૌશલ્ય ઉપજે,
કેળવણી આણે નૂર,
જગતે ત્યારે એ ઝળહળે,
એને કેળવણી બનાવે કોહિનૂર...!

14. સન્નાટો

અમ આંગણનું પ્યારું પંછી
અમથી દૂર જાશે,
પાંખો આવી પ્રિત પ્રગટી,
હવે ગગન વિહારી થાશે.
આમ આંગણનું પ્યારું પંછી અમથી દૂર જાશે,
ખાલી કરીને પીંજરું સન્નાટો મેલી જાશે !

સોના કેરું પીંજરું બનશે
ચાંદી કેરો ઢાળ
રત્ન જડિત પીંજરામાં,
એ ધ્રૂજશે હાડો હાડ,
કઠણ કરી એ કાળજું
દૂર દેશ જઈ પુરાશે.
અમ આંગણનું પ્યારું પંછી અમથી દૂર જાશે,
ખાલી કરીને પીંજરું સન્નાટો મેલી જાશે !

મમતા મુર્તિ, પંછી ને
સજાવશે શણગાર
બાપનાં હૈયે હશે
તે દી ડુંગરા જેવડો ભાર
ભાઈ કેરા નયન તણાં
અશ્રુ નહીં સુકાશે.
અમ આંગણનું પ્યારું પંછી અમથી દૂર જાશે,
ખાલી કરીને પીંજરું સન્નાટો મેલી જાશે !

15. જોયા....

જીવનનાં ઝંઝવાતમાં
ગણાને ચડતાં પડતાં જોયા
અનંત આ બ્રહ્માંડથી
મેં તારલાને ખરતાં જોયા...

દિવસે દયાળુ મુખને
પ્રભુને સમરતાં જોયા
ને અંધારાની આડમાં
બદનામ ગલીએ ગુજરતાં જોયા....

સરાસર જુઠી વાતમાં
હામાં હામી ભરતાં જોયા
છોડી ખુદની ખીરને
બીજાનું એઠું ચરતાં જોયા.

મહા પંડિતનું સ્વાંગ સજીને
સમાજને સમજાવતાં જોયા
એવાના માં-બાપ ને
ચોધાર આંસુ એ રડતાં જોયા....

પરમાર્થ કાજે સ્વનું
સર્વસ્વ અર્પણ કરતાં જોયા
મહારાજ એવા માનવીને
મેં ઝેર ખાઈને મરતાં જોયા....

16. પુછશો નહીં

પુછશો નહીં કોઈ દિલને મારા
શું શોખ સરજ્યાં તાં અંતરમાં,
આજ હોળી કરી એ શોખની,
હું આગ લગાડી બેઠો છું.

મને ના રંજ કે ના શોક કોઈ
કે સપનાં મારા અધૂરાં રહ્યાં,
પણ સંગીઓનાં શોખ પણ,
હું રાખ કરી બેઠો છું.

આવો ક્યારેક અમ આંગણે
નીહાળજો શોખની રાખ ને,
એમાં અંતરના અરમાન સૌ,
હું બરબાદ કરી બેઠો છું.

બળતી ચિતામાં શોખની
અસ્થિઓ બધી હોમી દિધી,
'મહારાજ' મન મંદિર સંગ,
હું વિવાદ કરી બેઠો છું.

નથી ઉમંગ હવે કોઈ ઉરમાં
ના શેષ કોઈ સમણાં હવે,
જા જિંદગી, હવે તો મોત ને,
હું સાદ કરી ને બેઠો છું.

17. ચાલ્યા ગયા

કોઈ ગયા દિલથી દૂર ને
રંગ સૌ ચાલ્યા ગયા,
ને સંગ અમ ઉર તણા,
ઉમંગ સૌ ચાલ્યા ગયા.

છે વિશાળ વ્યોમ પણ
ખાલી દિસે છે આજ એ,
એ હેત, સ્નેહના વાદળો,
સંગ સૌ ચાલ્યા ગયા.

રંગ બેરંગી હતા જે
આંબતા' તા જે આભ ને,
એ મતવાલા મસ્તીખોર,
પતંગ સૌ ચાલ્યા ગયા.

સજાવ્યાતા જે સમણાના
મહેલ મોટા મજાના,
એ સાગર સમ સપના ને,
એ તરંગ સૌ ચાલ્યા ગયા.

ના દીધાં જવાબ સવાલોના,
નિરુત્તર થઈ નીકળી ગયા,
ને રિસામણા, મનામણાનાં,
એ જંગ સૌ ચાલ્યા ગયા,

18. હે તરુવર

હે તરુવર તારી ડાલીએથી, આજ એક પંછી ઉડી જાશે,
પ્રિત સૌની, ખુદ રૂદિયે પૂરી,
આજ ગગન વિહારી થાશે, દૂર દેશ ઊડી જાશે....!

ચાંદી કેરું પીંજરું હસે, ઉપર સોના કેરો ઢાળ,
જુદાઈ કેરા જખમ લઈ,
મીલનનાં સપના લઈ સંગાથ,
તરુવર તારી છાયા મેલી,
એ પિંજરે પુરાઈ જાશે,
આજ ગગન વિહારી થાશે, દૂર દેશ ઊડી જાશે....!

ઉડતો, દોડતો ડાલીએ ડાલીએ, એ સપના હવે બની જાશે,
પરિચિત મેલી પંથ સઘળા,
અજાણ્યા પંથે વિચરતો થાશે,
પાંખો આવી પ્રિત પ્રગટી,
હવે સંભારણા મેલી જાશે,
આજ ગગન વિહારી થાશે, પ્યારું પંછી ઊડી જાશે.

તરુવર તારા પર્ણે પર્ણ, આજ આંસુ નહીં સુકાસે,
સુરીલું સંગીત આજ એ,
તને બેસૂરું બઉ ભાસે,
હરખ સંગ જુદાઈની,
પંછી યાદો છોડી જાશે,
આજ ગગન વિહારી થાશે,
પ્યારું પંછી ઊડી જાશે, દૂર દેશ એ ઊડી જાશે !

19. ગગન

ગગન કેરાં ઘુમ્મટે
ઈશ્વર રચનાં અનેક
અબજો તારા આભમાં
એકમેકથી સવેક.....!

ગગને કોટી દિવડા મહીં
માલિક એક જ તું મને દીશે,
અનંત આ અંતરિક્ષમાં
પ્રભુ તું, ઝુઝવે-ઝુઝવે વેશે....!

પ્રથમ બુધ, સમીપ સૂર્ય ને
દ્વિતીય શુક્ર જેની સંગાથ,
તૃત્ય પૃથ્વી પ્રયાણ કરે મંગળ,
પંચમગુરુની સાથ....!

શષ્ટ શનિ દેવ સંચરે
પ્રજાપતિ સપ્તમ પાસ,
ગગને સૂર્ય ને ગુમે સૌ
વરુણઅષ્ટ, નવમં ચમરાજ...!

20. સરનામું

સંસારમાં ક્યાં રહે છે કોઈનું
કાયમી સૌનું સરનામું..?

દિલના દ્વાર ખુલા રાખ
કોણ તારું શું લઈ જાવાનું...?

મારી પ્રેમની છે પેન
ને લાગણીનું છે પાનું
સ્નેહથી આપે તો આપ
હંગામી નિવાસનું સરનામું.

જગતમાં જન્મી ને તારે
કયાં કાયમ છે રહેવાનું,
શું લાવ્યો તો સાથે તારી
ને શું છે લઈ જાવાનું...?

દુનિયા છે પંખીનો મેળો
એક દિવસ ઊડી જાવાનું,
મને ખબર છે ને, સૌને ય ખબર
આપણું સાચું શું છે સરનામું...

21. ધાયલ

અમે સરોવર સમજી આવ્યાં
નીકળ્યાં ખારાં જળનાં તમે ખોબલા,
પણ પામ્યાં અમે પરિણામ
હવે કંઠે કાળ ઝાળ લાગે છે.

સજાવ્યાં તમને પુષ્પ સમજી
અમારા દિલનાં દરબાર નેં,
અને એ જ પુષ્પોની પાંખડી
સમશેરની ધાર લગે છે.

દુશ્મન કરે જો દગો
તો રંજ નહીં હોય એ ધાવનાં,
પણ તમારા દિલાસામાં જ
દગાનો જ અણસાર લાગે છે.

મળે છે ડગલે પગલે દર રોજ
મને માનવ અને કોઈ માનવી,
પણ આપમાં તો આ બેઉનો
કારમો દુષ્કાળ લાગે છે.

અને ક્યાં કોઈ જુએ છે 'મહારાજ'
દીલના ધાવ કોઈ 'ધાયલ'નાં,
અહીં સ્નેહિઓનાં સ્વાંગમાં
શત્રુઓની વણઝાર લાગે છે.

22. જિંદગીની સફર

અમારી જિંદગીની સફર
અમે અણધારી કરી લીધી
ને જાણીતા રસ્તેજ ચોટ
ગણી ગોઝારી કરી લીધી...

અમે ભેંકાર વગડાને
રહ્યાં ઉપવન સમજીને
યાદોના સ્વપ્ન ત્યજીને
ઝૂંપડી વેરાન કરી લીધી.....

ભાંગી ભ્રમણા જ્યારે
મીચીને આંખને ત્યારે
બુઝાવી દિપ દિલનાં
અંધારી રાત કરી લીધી....

દબાવી દર્દ દિલ તણા
દ્વાર બંધ કરી બેઠાં
ક્યાંક સજ્જન કોઈ મડયાં
તો બે વાત કરી લીધી..

ચમકતા કાંચનાં ટુકડા ને
સમજ્યા હિરલા, મહારાજ
ખૂદ ગર્જથી અમ જાતને
તરત ન્યારી કરી લીધી.

23. સંવેદના

કોઈ ઘાયલદિલનાં નયનમાં
ક્યારે વાંચી મૂક વેદનાં ?
અહંમ મેલી જોજો જરા
માંહે ભરપૂર હશે સંવેદના....!
....
હું વગાડું વિરહની વાંસળી
ને તારી આંખે જો આવે પૂર,
તોજ સાર્થક થાય હે શામળા
મારા સંવેદનાનાં સૂર....!

પોલંમ પોલ મારી વાંસળી
બહાર જખમથી ભરપૂર,
પ્રભુએ પ્રેમથી ભરી દીધાં
માહેં સંવેદનાનાં સૂર....!

ભરપૂર પીધો મેં વિરહ રસ
ને નશામાં થયો ચકચૂર,
આંખ ઉગડે ને કર્ણે પડે
એજ સંવેદનાનાં સૂર.....!

સપ્ત રંગની આ વાંસળી
રંગ કોઈક પાસે તો કોઈક દૂર,
મહારાજ મેં તો ઝબોળી દીધાં
સંગ સંવેદનાનાં સૂર......!

24. લાગે છે.....!

કરી લઉં છું એકરાર હું , મારું જ્યાં દિલ લાગે છે,
હું તો કરું છું એજ, જે દિલ ને, કાબીલ લાગે છે.....!

કરતો નથી પરવા હું, ક્યારે પણ પરિણામની,
માંડું છું ડગ એજ ડગર, જે મને, મંજિલ લાગે છે.....!

સદાય દીધું સ્મિત સૌને, કોઈક ને, કડવાટ લાગે છે,
સંબંધો રાખ્યાં છે સુવર્ણ સમ, છતાં ક્યાંક, કાટ લાગે છે...!

મારા જ દોસ્તો ને મારા, દુશ્મનથી, પ્રિત લાગે છે,
મને નાગનાં ડંખની નહીં, પણ ભેરુઓની, બીક લાગે છે...!

સૂર્ય કેરાં કિરણ મુજને, ચકચકિત લાગે છે,
પણ ચાંદનીથી દિલ, ભય ભીત લાગે છે.....!

કયાં આપે છે આવવાનો, સમય કોઈને મોત તું,
પણ આ જિંદગીનાં ઝંઝટની, મને બીક લાગે છે..!

25. મતદાન

દેશ દાઝ રાખજો દિલમાં કોઈ લાલચ ને તો જોતાં નહીં,
અમુલ્ય આવ્યો, આ અવસર, જોજો તમે ખોતાં નહીં....!

જંગ આ સાસ્વત સત્ય ને, અસત્ય ને પરખવાનો,
આ જો અવસર તો, ઇતિહાસ, માફ નહીં કરવાનો,
ભૂલ્યા તો ભટકસો ભવરણમાં, પછી ક્યારે તમે રોતાં નહીં....!
અમૂલ્ય આવ્યો છે, અવસર, જોજો તમે, આ ખોતાં નહીં...!

નીંદર ને ત્યાગો, મનથી જાગો, દેશ દાઝ નહીં તો, અહીંથી ભાગો
સજાગ રહેજો સમજુ થઈને, જોજો હવે તમે સોતાં નહીં...!
અમુલ્ય આવ્યો છે, આ અવસર, જોજો ખોતાં નહીં.......!

લાજ માત ભારતીનાં, આન, બાન ને શાનની,
આવી છે આ શુભ ઘડી, વતન પ્યાર અભિમાનની,
મર્દ થઈ મતદાન કરજો, પતનનાં બીજ બોતા નહીં,
અમુલ્ય આવ્યો છે, આ અવસર, જોજો તમે, આ ખોતાં નહીં...!

26. પલ્લવ

પંખી પ્રીત પલ્લવ તણી, ક્ષણીક સુખ કહેવાય,
પાનખર આવે પ્રયાણ કરે, મધ્યાને તરછોડી જાય....!

....

પલ્લવે પગલાં પાડતાં, હૈયે તરુવર હરખાય,
અનહદ મેલી સંભારણા, એક આવે બીજા જાય....!

....

પલ્લવ થઈ તમે પ્રવેસ્યાં, અમારા રૂદિયે થયાં સ્થિર
રસહીન અમારી ડાળખીમાં, તમે ભરી દીધાં ગંગા નીર...!

ફાલ્યાં ફુલ્યા ફોરમ ભરી, જાણે અવની તણાં અમીર,
પણ જડ થઈ તમે જતાં રહ્યાં, જ્યારે પાનખરે માર્યા તીર...!

મહારાજ અમે તો આપની યાદોએ થયાં ગંભીર,
ખબર નહોતી આ આપની, ભવો ભવ તણી તાસીર....!

27. સમાનતા

જોઈ સમાનતા સૃષ્ટિ મહીં, એક વસુંધરાને બીજી માત
એક સમાવે હૃદય મહીં, બીજી ખોળે રમાડે સંગાથ....!

જોઈ સમાનતા જગ મહીં, એક તરુવર ને બીજો તાત,
કષ્ટ સહી દિયે છાંયડો, સંત સરીખી જાત..!

જોઈ સમાનતા સાગર તણી, એવો જ દરીયા દિલ બાપ,
કઠોર મુખ કોમળ હૈયું, જગમાં નોખી જ એની ભાત...!

જેટલી વિશાળતા નભ તણી, એટલી જ વિશાળ દિલ માત,
બ્રહ્માંડ સમાયું નભ મહીં, તો માનાં હૈયે હેત અમાપ....!

જોઈ સમાનતા કોયલ કંઠે ને મા કેરું મધુર સંગીત,
કોયલ બોલે ને સાંભરે, મને હાલરડાંનાં ગીત.

28. એકલા જવાના

એકલા આવ્યા ને એકલા જવાના,
સાથ મળવાની કયાં સંગત છે ?
સત્કર્મનું હશે ભાથું,
એજ કમાઈ, અમારી અંગત છે....!

અમે ઉડયા નથી, હંસલા હારે
અમારે તો કાગડા હારે પણ પંગત છે,
પણ કોની હારે શું શીખવું,
એ વાત તો અમારી અંગત છે...!

ઈશ્વરે ચડાવ્યો એરણે,
માથે હથોડાની સંગત છે,
હવે કેવો ઘડસે ઘાટ,
એ વાત ઈશ્વરની અંગત છે...!

આપની આંખો અને અમારા દિલ ને,
લાગે છે કાંઈક સંગત છે,
આપની આંખો ને,
વાંચે અમારું દિલ,
તમારા દિલમાં છુપાયું જે અંગત છે....!

29. પુષ્પ

એય પુષ્પ તું પ્રતીક બન્યો
ક્યાંક પ્રેમનો
તો ક્યાંક રુદનનો,
ક્યાંક ખુશીનો
તો ક્યાંક કફનનો....
એય પુષ્પ તું પ્રતીક બન્યો
ક્યાંક પ્રેમનો ક્યાંક રુદનનો....
આજ ખીલ્યો ને આજ ફુલ્યો
તું ઉમંગ સારા ગુલશનનો,
તું સૃષ્ટિ પર સોહાય એવું
જાણે ચાંદ આ નીલ ગગનનો....
એય પુષ્પ તું પ્રતીક બન્યો
ક્યાંક પ્રેમનો ક્યાંક રુદનનો
અલ્પ આયુ તુજ જિંદગી
આજ ખીલ્યો કાલ કરમાય,
તને કોઈ ઝોકો લઈ જાય
સહેજ કોઈ પવનનો...
એય પુષ્પ તું પ્રતીક બન્યો
પુષ્પ તું પ્રતીક બન્યો
ક્યાંક પ્રેમનો ક્યાંક રુદનનો...
ચોગમ ભરે ખુશબુનો ખજાનો
નહીં નાદ ખુદ જતનનો,
બાળ સમ નિર્મળ તું
કોઈ ભય નહીં પતનનો....
એય પુષ્પ તું પ્રતિક બન્યો
ક્યાંક પ્રેમનો ક્યાંક રુદનનો
ક્યાંક ખુશીનો તો ક્યાંક કફનનો.

30. શબ્દ

શબ્દ નફરતનું મૂળ
ને શબ્દે જ સાંપડે પ્યાર,
એક શબ્દ જીવન બનાવે,
ને એક છોડાવે સંસાર....!

એક શબ્દ પુષ્પ પાંખડી,
ને એક કાંટા કેરી વાડ,
એક શબ્દ ઉપવન બનાવે,
એક બાગ કરે બરબાદ....!

એક શબ્દ અગન ઝરે,
એક શીતલ જળની ધાર,
એક હૈયે ટાઢક ભરે,
એકે આગ ભભૂકે મોઝાર...!

એક શબ્દ જાણે કામિની,
એક સતી સુલક્ષણા નાર,
એક અનુભૂતિ કરાવે સ્વર્ગની,
એક જાણે નર્ક કેરું દ્વાર...!

શબ્દ સમજી ને બોલીએ,
શબ્દ સરજે સૌ સાર,
એક શબ્દ આંનદ ઉપજે,
એક કલેજે મારે કટાર....!

31. દીકરી

સંતોષ, સ્મિત, સહનશીલતાનાં, જ્યાં અખૂટ ભર્યા ભંડાર,
સ્નેહ વહાલ ને ચાહતનો, જેનો અદ્ભુત આ સંસાર,
ઈશ્વર તારી અજબ રચના, તારું પામે નહીં કોઈ પાર,
ચાલે તલવાર કેરી ધાર, વાહ, દીકરી તું દિલદાર....!

હસતી રહે હર હાલ સદા, અપૂર્ણ રહે ભલે આશ,
સપના ઉડે ઝાકળ બની, દિલ અધૂરી રહે અભિલાશ,
સૌ સપના દિલ દફન કરી, તું વહેંચે જગમાં પ્યાર,
ચાલે તલવાર કેરી ધાર, વાહ દીકરી તું દિલદાર....!

કોમળતા જેને કંઠમાં, ના ઉગ્ર ક્યારે હાવ ભાવ,
મુખે સદા સમ ભાવ ને, જાણે સાગર સરકતી નાવ,
ત્યાગ ક્ષમાની મૂર્તિ તું, સુખ સંસારનો તું આધાર,
ચાલે તલવાર કેરી ધાર, વાહ દીકરી તું દિલદાર.....!

વિધાતા પણ વેરણ બની, ક્યાંક કષ્ટ લખે અપાર,
કાંટા કેરો મારગ લખે, સંગ આંસુ લખે ચોધાર,
તોય દીકરી સહે હસી ખુશી, સહન શક્તિનો અવતાર,
ચાલે તલવાર કેરી ધાર, વાહ દીકરી તું દિલદાર.....!

કોમળ દિલ ફૂલો સરીખું, તોય કાંટાને કરી લે પાર,
સર્વસ્વ લુટાવે સ્નેહ કાજે, ના જતાવે કદી ઉપકાર,
અતૂટ જેની આત્મ શક્તિ, પ્રભુ પામ્યો ન જેનો પાર,
ચાલે તલવાર કેરી ધાર, વાહ દીકરી તું દિલદાર....!

32. ધરતી બની નવોઢા નાર

હૈયા સૌ હિલોળે ચડ્યા ને, આજ હરખે સકળ સંસાર,
લીલું પહેરીને પાનેતર, ધરતી બની નવોઢા નાર.

નયન હરખ થઈ નમ બન્યા, ગુલાબી ફૂલો શોભે ગાલ,
સૂરજ ફૂંકે શરણાઈ ને, ચાંદ રેલાવે ચમકાર.

હિમાલય હૈયે હરખ ભર્યું, સાગર સ્મિત કરે અપાર,
યૌવન પામી ઉપવન ખીલ્યા, સરિતા સર્જ્યા છે શણગાર.

વહાલ વહાવે વનરાઈ નેં, તરુવર તૃપ્તાની ધાર,
ગિરિવર ઊભા આંગણે, જાણે જંગ યોદ્ધો તૈયાર.

ઉષા, આભૂષણ અંગ ધર્યા, સંધ્યા, ખીલી લાલંમ લાલ,
નક્ષત્ર તણા સૌ તાણી તાર, રજની, છેડે રાગ મલ્હાર.

ભલે વર્ષ્યો વસુંધરા મેહુલો, આલમ,શોભે અલંકાર,
મસ્ત બન્યો મન મોરલો, ગુંજે કોયલ તણા ટહુકાર.

હે કરુણાનાં કરનાર, તારું પામે નહીં કોઈ પાર,
ધન્ય ઓ પાલન હાર, તારો ખૂબ ખૂબ આભાર.

33. જીવન ધર્મ

મળ્યો છે અમૂલ્ય આ માનવ દેહ, જાતે, પતન ને તું સાદ ન કર,
મારગ ન મેલ તુજ ધર્મનું, તારું જીવન તું બરબાદ ન કર....!

મોહબ્બત કર ભલે મન ભરી, નિસ્વાર્થ હોય જ્યાં ભાવના,
સંગ કર એવા સજ્જનનો, જેને દિલ નહીં હોય કોઈ કામના,
કુસંગી કેરે તું સંગ ચડી, તું ખુદ પર ખંજરના વાર ન કર,
મારગ ન મેલ તુજ ધર્મનું, તારું જીવન તું બરબાદ ન કર....!!

કામળી એ લાગે દાગ તો, વારે વારે, ધોયે વહી જાય,
પણ કલંક દાગ લાગે કુળ ને, એતો સાતે પેઢી રહી જાય,
હાથે ખોદી ખુદની ખાઈ ને, પછી જગને તું ફરિયાદ ન કર,
મારગ ન મેલ તું તુજ ધર્મનું, તારું જીવન તું બરબાદ ન કર....!

પાછો વળી જા પ્રેમથી, અંગાર સાથે તું ખેલ ન કર,
ખુશ કિસ્મત તારી આ દુનિયામાં, બદ કિસ્મત ને તું સામેલ ન કર,
સંસારનાં સુંદર પિંજરથી, ખોટું ખુદને તું આઝાદ ન કર,
મારગ ન મેલ તુજ ધર્મનું, તારું જીવન તું બરબાદ ન કર....!

34. ઘડીકની ગમ્મત

ઘડીકમાં તમે રાજી, ને ઘડીક તમે નારાજ,
ઘડીકમાં તમે ગમમાં, ને ઘડીકમાં તમે મલકો....!

કઈ માટીનાં છો ઘડુલા તમે ? પળ પળમાં બદલો રંગ,
ઘડીકમાં તમે ખાલી ને, ઘડીકમાં તમે છલકો...!

ઘડીક હોય આંખે અશ્રુ, ને ઘડીક હોય નયન નમ,
ઘડીક હોય આંખો ખુલ્લી, તો ઘડીક બંધ હોય પલકો...!

ઘડીક હોય હોઠે હાસ્ય, ને ઘડીક હો આપ મૌન,
ઘડીકમાં તમે શાંત, ને ઘડીકમાં તમે રણકો....!

ઘડીક ઘટાદાર તરુવર જેવા, ઘડીકમાં કંટાળા થોર,
ઘડીક ફેલાવો છાંયડો, ને ઘડીકમાં ગરમ તડકો.....!

ઘડીક તમારું મન મંદિર ને ઘડીક જાણે શમસાન,
ઘડીક તમે શીતલ શાંત તો, ઘડીક આગનો જાણે તણખો.....!

ઘડીક મુખ ગમગીન એવું, જાણે ગરીબડી કોઈ ગાય,
ઘડીકમાં તમે સાવજ જેમ, વિકરાળ ત્રાડ પાડીને ડણકો.....!

તમારી ઘડીક ઘડીક આ ગુલાંટમાં, ખુદ ઈશ્વર બન્યો ઉદાસ,
ગાંજો પીને ક્યાં કરીયો ગોટાળો ? એનો તૂટ્યોનો મણકો.....!

35. સપનાની છે માયા

આ મારું આ તારું સમજે, એ બધા ઘડીકનાં પડછાયા,
અંધારું આવશે પરહરી જાશે, તારી પ્રાણ પ્યારી આ છાયા.
ગોત્યા નહીં જડે ગમમાં તારે, યાર સ્નેહી, જાયા,
સનાતન સત્ય આ સંસારનું, આ બધી સપનાની છે માયા.

હૈયે વસાવી તું હરખ કરે, જેને સમજે તું હમદર્દ,
સંકટ આવે સરકી જાશે, દઈ અપાર તુજ ને દર્દ.
પ્રાણથી સમજે પ્યારે જેને, એ પહેલા થશે પરાયા,
સનાતન સત્ય આ સંસારનું, આ બધી સપનાની છે માયા..

હેત વરસાવ્યું જ્યાં હૈયાથી તું જ્યાં હતો દિલદાર,
આફત આવે છટકી જાશે, તારી સાંભળે નહીં પૂકાર.
પરવસ બની તું પડશે જ્યારે, ત્યારે નહીં આવે, તારા પ્યારા,
સનાતન સત્ય આ સંસારનું, આ બધી સપનાની છે માયા.

ભ્રમણા તારી ભાંગશે ત્યારે, જ્યારે જગત કરશે હાંસી,
જીવન લાગશે ઝેર જેવું, સૌ બંધન લાગશે ફાંસી.
આગ છે આ, નીર નહીં, જ્યાં તારા દિલ નયન ફસાયા,
સનાતન સત્ય આ સંસારનું, આ બધી સપનાની છે માયા.

36. ધીરે ઉડજે પ્યારા પંછી

અતિરેક કર્યું છે ઉમંગનું,
તું પથ ભુલ્યો, ઉડયો જાય,
દિશા ભૂલ્યો તું, નાદાન પંછી,
ખોટે મારગ તું અથડાય,
હજી બાજી છે તારા હાથમાં,
પછી પાછું નહીં વળાય,
ધીરે ઉડજે ઓ પ્યારા પંછી,
ક્યાંક ભવ રણે નાં ભટકાય....!

સપ્ત રંગી સપના તારે,
બંધ નયન બહુ છલકાય,
કિસ્મતની સોગાદ સમજી,
તું હૈયે બહુ હરખાય,
પાંખો પસારે તું નીંદમાં,
તને પ્રયાણનું પ્રણ થાય,
ધીરે ઉડજે ઓ પ્યારા પંખી,
ક્યાંક ભવ રણેનાં ભટકાય....!

કોઈ નહીં રોકે, કોઈ નહીં ટોકે,
કોઈનો રોક્યો ક્યાં રોકાય,
તને લગન લાગી છે લહેરની,
હવે વ્યથા, વિપત નહીં દેખાય,
કષ્ટ ભરીયો છે આ મારગ તારો,
જ્યાં મનડું તારું લલચાય,
ધીરે ઉડજે ઓ પ્યારા પંખી,
ક્યાંક ભવ રણેનાં ભટકાય..!

સુંદર મજાનો છે માળો તારો,
સદા સ્વર્ગ સરખું સોહાય,
રિદ્ધિ સિદ્ધિ તવ આંગણે,
સાગર જ્યાં છલકાય,
તકદીરની આ ભેટ ત્યજી,
તું અવળો હવે અથડાય,
ધીરે ઉડજે ઓ પ્યારા પંખી,
ક્યાંક ભવ રણેનાં ભટકાય...!

કાંચના છે આ કટકા બધે,
તને જે હિરલા સમ દેખાય,
કાપા પાડશે એ રુદીયે તારા,
જિંદગીભર જખમ નહીં રુઝાય,
સ્વર્ગ સરીખું આ સંસાર તારું,
જોજે નરકનાં બની જાય,
ધીરે ઉડજે ઓ પ્યારા પંછી,
ક્યાંક ભવ રણેનાં ભટકાય...!

પાછો વળ આ સમય ક્યાંક
તારા હાથથી ન સરકી જાય,
આ રુદિયો રડસે મારું રોજ,
તારી અવદશા નહીં જોવાય,
એક નાતા તણી નેકની,
મુજથી ટેક કેમ ભુલાય,
ધીરે ઉડજે ઓ પ્યારા પંછી,
ક્યાંક ભવ રણેનાં ભટકાય....!

37. ભાગ્ય રુઠ્યો વરસાદ

હું રહું કે ના રહું દુનીયામાં, ક્યાંક મારી પણ રહેશે યાદ,
તમે કહીદો મને આજ, તમારા દિલની બધી ફરિયાદ....!

વાદળ બની ને આશ બંધાવી, ઉરે જગાડયો બહુ ઉન્માદ,
હું ભ્રમર બની ભાન ભૂલી, મેં ખુદ જાતથી કર્યું સંવાદ.

સપનાનાં કર્યા અમે વાવેતર, તમારો સાંભળી મધુર સાદ,
તમે વરસ્યા વેરાન રણમાં, અમ ભાગ્ય રુઠ્યો વરસાદ....!

તરસે તડપતા હતા છોડવા, આપ આગમન કેરી આશ,
પ્યાસા મેલી ચાલ્યા ગયાં, કંઠે અનહદ હતી જેને પ્યાસ....!

ક્યાંક ચમકો, ક્યાંક ગરજો જાણે વાદળ રચાવે રાસ,
રમત અધૂરી રહે રોજ આ, નયન રોજ છલકે નિરાશ...!

મેઘઆદમ્બર સજી અમ ઉરમાં હૈય ખોટી જગાવી આશ,
ચોધાર તમે તો ત્યાં વરસ્યા, એક નિષ્ઠુર રણની પાસ....!

ભેંકાર ભાસે ઉપવન અને પુષ્પની વિલીન થઈ સુવાસ,
રાત ઉતરી હવે બાગમાં, અંતરપટ નહીં અજવાસ....!

'મહારાજ' સરકે રોજ મંદ ગતી, તું આગોસ, મોતની તું પાસ,
ચંદ્ર કાજ જેમ ચકોર બને, બાહુપાસની, આસમાં લાશ...!

38. જિંદગી

અજબ છે તારી અકળ ગતી તું કરામત ભરી છે જિંદગી,
ક્યારેક ભટકાવે ભવ રણમાં, ક્યારેક સિંહાસન બેસાડે જિંદગી...!

ક્યારેક ખજાનો દે ખુશીઓનો ક્યારે મહાસાગર જેટલું ગમ,
ક્યારેક અનહદ અપાવે વહાલ, તો, ક્યારેક અંગાર સરીખા સિતમ.
ક્યારેક મન ભરી મહેરબાન તો, ક્યારેક કાન ન ધરે તું બંદગી,
ક્યારેક ભટકાવે ભવ રણમાં, ક્યારેક સિંહાસન બેસાડે જિંદગી....!

ક્યારેક ઝલક અસલીયત તણી, અણધારી દેખાડે નયન ને,
ક્યારેક બાંધી અવળે બંધન, માયાની જાળ રચાવે ચમન ને,
કોઈ કળા ન પામે પાર તારી, છો, અજબ ગજબ તું જિંદગી,
ક્યારેક ભટકાવે ભવ રણમાં, ક્યારેક સિંહાસન બેસાડે જિંદગી...!

ક્યારેક દાતાર બનાવે દિલ ને ક્યારેક ભુખ્યા પેટે ભટકાવે,
ક્યારેક સાહેબી સોગાદમાં, ક્યારેક ગરીબ હાલે અથડાવે,
ક્યારેક સફર હોય સ્વર્ગની, ક્યારેક નર્ક દ્વારની શર્મિન્દગી,
ક્યારેક ભટકાવે ભવ રણમાં, ક્યારેક સિંહાસન બેસાડે જિંદગી....!

ક્યારેક અપાવે તું કોમળતા ક્યારેક પથ્થર દિલ બની જાય,
ક્યારેક મુશ્કાન દે તું મનભરી, ક્યારેક, આંસુઓ દઈ જાય,
'મહારાજ' નસીબ નચાવે નાચ, કોઈની થાય નાં ક્યારે પસંદગી,
ક્યારેક ભટકાવે ભવ રણમાં, ક્યારેક સિંહાસન બેસાડે જિંદગી....!

39. જીવન ઝેર

ક્યારેક મળી હોય ક્યાંકથી તારા દિલ ને પ્રેમ ની ભાવના,
ક્ષણ ભર પણ મળી જો હોય તને, જે દિલથી તુજ ને ચાહના,
તો રહેજે સદા ઋણી એનો, એના ઉરમાં અંધેર કરતો નહીં,
ભલે રાખે એ તુજથી વેર, તું જીવન એનું ઝેર કરતો નહીં.

અંધારા હતા જ્યારે હૈયે તારે ત્યારે સ્નેહ પાથરી પ્રકાશ પૂર્યા,
આ ચેતન હીન તારા દેહમાં, જેણે ચેતન અર્પિ પ્રાણ પૂર્યા,
એ ઉપકાર બદલે અપકારના, ક્યારેય સંયોગ ઊભા કરતો નહીં,
ભલે રાખે એ તુજથી વેર, તું જીવન ઝેર એનું કરતો નહીં....!

સદા સત્કારજે એને સ્મિતથી, સદા આફતમાં દેજે સાથ,
દુનિયા બને જો દુશમન એથી, ત્યારે છોડતો નહીં એનો હાથ,
ભલે દૂર હોય તોય કરજે ચડતી, એને પડતીએ પડવા દેતો નહીં,
ભલે રાખે એ તુજથી વેર, તું જીવન ઝેર એનું કરતો નહીં....!

સ્વજન છે આ સંસાર સારું, કોઈ રાજી તો કોઈક રિસાય,
મનાવી લેવાય એને મ્હોબતથી, કોઈનું દિલડું ક્યારેનાં દુખાય,
ભલે ખમવી પડે ખોટ, તોય, દિલદારને ચોટ તું કરતો નહીં,
ભલે રાખે એ તુજથી વેર, તું જીવન ઝેર એનું કરતો નહીં...!

40. કિનારો કરી લઈએ

આપણે ક્યાંક, બહુ ઊંચે ટીંબે, નાનો મિનારો કરી લઈએ,
દર્દ આપે એવી દુનિયાથી, ચાલ કિનારો કરી લઈએ...!

ઉપવન બનાવીએ એકાંતમાં જ્યાં ફુલડા બહુ ખીલે ફૂલે,
મહેકતી હોય જ્યાં માનવતા, મમતા ઝૂલતી હોય જ્યાં ઝુલે,
ફૂલો વાવી ત્યાં, ફોરમ એની ચાલ દિલમાં ભરી લઈએ,
દર્દ આપે એવી દુનિયાથી, ચાલ કિનારો કરી લઈએ...!

લાગણી તણી જ્યાં હોય વરસા, હોય વહાલની વસંત સાથ,
વાત્સલ્ય પ્રીતિનાં હોય સદા, જ્યાં માથે ફરતા, હાથ,
ચાલ ચિત, ત્યાં ચાહતથી, થોડી મોજ મસ્તી કરી લઈએ,
દર્દ આપે એવી દુનિયાથી, ચાલ કિનારો કરી લઈએ..!

સદા રહેશે આ સૃષ્ટિ મહીં, સતત ઋતુ ચક તો ફરતું,
કિસ્મતનું ના હોય કાળ ચક્ર, જ્યાં આનંદ જ હોય નિસરતું,
કદી આવે નહીં જ્યાં પાનખર, ત્યાં વિસામો કરી લઈએ,
દર્દ આપે એવી દુનિયાથી, ચાલ કિનારો કરી લઈએ....!

કલશોરથી જઈએ બહુ દૂર, હોય સ્મશાનવત, જ્યાં શાંતિ,
ઘરબાયેલી હોય જે દિલ મહી, ખોટી છુપાઈ હોય જો ભ્રાંતી,
નિ:સંકોચ ત્યાં દિલ ખોલી, ખિજવાટ ને ચાલ તોડી દઈએ,
દર્દ આપે એવી દુનિયાથી, ચાલ કિનારો કરી લઈએ...!

સંઘરી રાખી છે જે સંસારની, ઘણી લાગણીઓની વાત,
હર્ષ, ખુશી ખેદ, ક્ષોભનો, થોડા દિવસ છે થોડી રાત,
ખુશાલી, શોકનાં આંસુઓની, બોછાર ત્યાં કરી લઈએ,
દર્દથી દૂર જઈ ને 'મહારાજ', ચાલ કિનારો કરી લઈએ..!

41. હારતો રહ્યો

મારા સપનાનાં વાવેતર ને
સફલ ફાલ હું ધારતો રહ્યો,
અસલ ને રહ્યો હું અવગણી, એનો અસ્તિત્વ હું મારતો રહ્યો...!!!

ચમકતા કાંચનાં કટકાઓને,
સૌ હિરલા में, સમજી લીધાં,
ને કદમ કદમ એ જિંદગી, હું ટુકડા દિલનાં હારતો રહ્યો...!!!

સળગી રહી જે દિલમાં મારે,
અવરીત આગ અરમાન તણી,
છાંટી આંસુઓ ની ઓસ, હું એ આગ ને, ઠારતો રહ્યો.....!!!

ઠેર ઠેર में જોઈ મઝાર,
મારા દરદે દિલ દાસ્તાનની,
ગુમસૂમ બની હું ગમ તણા, હું ત્યાં આંસુઓ સારતો રહ્યો....!!!

પારખી શક્યો ના ભેદ હું
કંકર અને કંચન વચ્ચે,
પથ્થર રાખ્યા में સાચવી, ને સુવર્ણ ને હું તારો રહ્યો...!!!

અવળો ચડ્યો, પથ ચુક્યો હું
ભરોસાની ભરમારમાં,
સાગર મેલી, રણ વેરાનમાં, હું રેતમાં નાવ ને ગાડતો રહ્યો...!!!

તરસ્યા બનેલા તરુવર ને,
ના હૂંફ ને ના ક્યારો કરીયો,
ખાડો ખોદી બહુ ખંતથી, મારાજ મૂળિયા ઉખાડતો રહ્યો..!!!

42. હસતો રહેજે

સદા રહેજે તું સ્મિત સભર, ને ખુમારી રાખજે ચાલમાં,
દર્દ દેખાડતો નહીં દુનિયાને, તું હસતો રહેજે હર હાલમાં....!!!

ક્યાંક આગળ તું એકલો તો ક્યાંક પાછળ હશે સ્થાન,
ક્યારેક માન-સન્માન તો, ક્યારેક ઘવાસે સ્વાભિમાન,
ક્યાંક પડશે પગલાં તારા, ધગ ધગતા અંગારમાં,
દર્દ દેખાડતો નહીં દુનિયાને, તું હસતો રહેજે હર હાલમાં....!!!

સમરાંગણ છે આ સૃષ્ટિ સારી, તું ઝઝુમજે દિન નેં રાત,
ખુદગર્જનાં છે ખેલ બધા, હશે સ્વાર્થ સુધી સંગાથ,
આફત ટાણે અલગા થાશે, તને છોડી નેં બેહાલમાં,
દર્દ દેખાડતો નહીં દુનિયાને, તું હસતો રહેજે હર હાલમાં..!!!

રૂડી લાગશે એ તને રાત ભર, આવેલ સ્વપ્નની સૌ વાત,
પ્રતિતી થાશે, જ્યાં નયન ખુલશે, પછી લાંબી લાગશે રાત,
પરપોટા ફૂટીને દર્દ દેશે, શાશ્વત સત્ય છે સંસારમાં,
દર્દ દેખાડતો નહીં દુનિયા ને, તું હસતો રહેજે હર હાલમાં..!!!

જંગમાં જરૂર લાગશે જ, ગોઝારા ઘાવ તારી ખાલમાં,
બેદદીઓની, છે કતાર બધે, મળશે જખમ તને ઉપહારમાં,
અપાર પીડા તું સહી લેજે, તારી મજબૂત મનની ઢાલમાં,
દર્દ દેખાડતો નહીં દુનિયાને, તું હસતો રહેજે હર હાલમાં..!!!

43. ચોટ

અહેસાસ છે મને ક્યાંક, આપણી દોસ્તીમાં ત્રોટ છે,
લાગે છે આપની લાગણીનાં, ખજાનામાં ક્યાંક ખોટ છે....!!!

ના ખોલતા તમે મારા આ
બંધ દિલ કેરા દ્વારને,
છે જખમોથી ભરપૂર,
માંહે ઠેર ઠેર ચોટ છે.....!!!

તમે પહેર્યું પાનેતર ને અમે ઓઢી લીધું કફન,
બતાવો મને, ઓ નક્ષત્રો ! આ કેવો તમારો યોગ છે....!!!

નીકળી ડોલી તમારી
ને ચિતા ઊઠી અમારી,
વિધિ તણા લેખનો,
આ કેવો સંયોગ છે...!!!

ખુશ નસીબ છે એ ફૂલો, જેને સહવાસ છે આપનો,
છે સંગ અમારે, એને, આજ દફનનો ગ્રહ યોગ છે...!!!

આપ હતા પરદામાં,
ને અમે હતા કફનમાં,
ખબર છે મને એ દોસ્ત,
આપને ક્યાં હવે અફસોસ છે...!!!

હતી વિદાય આપની ને અમારી પણ હતી વિદાય,
આપ પ્રિતની બાહુપાસ બાહુપાસમાં, અમને મોતની આગોશ છે...!!!

44. નારી શક્તિ

વેદનાઓ સહે જે હસતા મુખે
આપે ઇચ્છાઓનું બલિદાન,
આશા, અપેક્ષાઓ થાય, અસ્ત કે,
ક્યાંક ઘવાય માન સન્માન,
અજબ જેની આત્મ શક્તિ,
ખુદની ઇચ્છાઓનું કરે દફન,
ઈશ્વર તારી આ અદ્ભુત રચના,
એ નારી શક્તિને નમન...!

સમર્પણની સદા હોય ભાવના
ગજબ ગુણિયલ જેનો સ્વભાવ,
દર્દ દબાવી દે દિલડા મહીં,
કદી જતાવે ના મુખડે ભાવ,
આઠે પહોર આનંદ રાખે,
સદા શુભ હોય હૈયે તરંગ,
ઈશ્વર તારી અદ્ભુત રચના,
એ નારી શક્તિને નમન...!

ત્યાગ, ક્ષમા, વાત્સલ્ય કરુણા
ભર્યા ભાવ જ્યાં ભારો ભાર,
હેત, પ્રીતનાં વહેણ વહે,
જેને નમન કરે કિરતાર,
સંત, શુરા ને સતી, યતી,
જેને ખોળે પામે ઉમંગ,
ઈશ્વર તારી અદ્ભુત રચના,
એ નારી શક્તિને નમન...!

મા બની મમતા વરસાવે
બહેન અખંડ, વરસાવે હેત,
અર્ધાંગિની બને જે, એ વચન તણી,
આજીવન નિભાવે એ ટેક,
કિરદાર નિભાવે સૌ કોડથી,
જાણે મા શારદાનું મધુર કવન,
ઈશ્વર તારી અદ્ભુત રચના,
એ નારી શક્તિને નમન...!

સંતોષ ત્યાગને બલિદાનનો
જેનો જગમાં જડે નહીં જોટો,
એની આશા અને આકાંક્ષાઓ,
જેવો પાણીનો પરપોટો,
સુવાસ ભરે હર જીવનમાં,
જાણે યૌવન ભરપૂર ચમન,
ઈશ્વર તારી અદ્ભુત રચના,
એ નારી શક્તિને નમન...!

વિપત પડે એ આગળ રહે
ભલે આવે ભારી ભારણ,
હિંમત બંધાવે હામ ભરે,
ક્યાંક શોધી લાવે તારણ,
આંચ ન દે આવા સ્વજન ને,
ભલે ઓઢવું પડે એને કફન,
ઈશ્વર તારી અદ્ભુત રચના,
એ નારી શક્તિને નમન...!

45. હું થાક્યો...?

કોઈકની આશાને અરમાનનો, હું અડીખમ ઊભેલો મિનારો,
કોઈ અડફેટે આવેલ તુફાનને, એવી નાવનો હું કિનારો,
અનુભવની એરણે ચડી, બહુ ટીપાઈ ટીપાઈ છું પાક્યો,
તું જ બતાવ એ જિંદગી, હવે કેમ કહું કે હું થાક્યો ?

કોઈ અરમાન ભરીને ઉરમાં સંગ, મોજમાં ચકચૂર છે,
સબંધોની સાંકળે જકડાયો, કોઈ દૂર બેઠો મજબૂર છે,
સફર કરે છે મને ભોમિયો સમજી, જેણે મુજ પર વિશ્વાસ રાખ્યો,
બતાવ એ જિંદગી, હવે કેમ કહું કે હું થાક્યો ?

સંધ્યાએ થાકી સફર છોડું, વળી રજની નિરાશા લાવે,
આગોશમાં લઈલે આંસુઓ મને, વળી પ્રભાત, આશા લઈને આવે,
આશા, નિરાશાના ચક્કર તોય, હજી દિલને ધબકતો રાખ્યો,
તુંજ બતાવ એ જિંદગી, હવે કેમ કહું કે હું થાક્યો ?

કોઈક અસહાય ઊભો આગળ છે પ્રતિક્ષા મારા હાથની,
વિશ્વાસ છે મુજ વચન પર, છેલ્લી સફર ઇચ્છે મુજ સાથની,
વહાલપના એ વેણ પાળવાનો, એ સમય હવે છે પાક્યો,
તુંજ બતાવ એ જિંદગી, હવે કેમ કહું કે હું થાક્યો?

46. સફર

સફર તો આપણી છે સુહાની
ઉપર વ્યોમ છે કેટલું વિશાળ,
કેટલી ઝઝુમવી હજી ઝંઝાળ,
ના મને ખબર છે, ના તને ખબર છે.....!

અજાણી આપણને, આ ભોમકા,
સંગ સંકટ છે હારો હાર,
ક્યાં હસે જીત ને, ક્યાં હસે હાર,
ના મને ખબર છે, ના તને ખબર છે.....!

ભૂલ ભુલામણી, એ સતપથ લેવો,
એ કઠિન હસે પડકાર,
ક્યારે પહોંચાવે પાર સંસાર,
ના મને ખબર છે, ના તને ખબર છે....!

સૈયારો છે અહીં, સૌ સબંધોનાં,
સ્નેહીઓ, અજનબી ને યાર,
ક્યાંથી મળશે નફરત, ને ક્યાંથી પ્યાર,
નાં મને ખબર છે, નાં તને ખબર છે......!

આમાં કઈ વાદળી છે અમીધારની,
કઈ દેશે દિલ ભરી દર્દ,
આમાં કોણ આપણું હમદર્દ,
ના મને ખબર છે, ના તને ખબર છે.....!

આ સંસાર તણી કઈ ડગર ?
છે સમશેર કેરી તેજ ધાર,

આપણે થવાનું છે ક્યાંથી પાર ?
ના મને ખબર છે, ના તને ખબર છે....!

ક્યાં સુધી મારા સૂર સાજ,
ને ક્યાં સુધી તારો, રાગ ?
કઈ ઘડીએ પામે એ આગ,
ના મને ખબર છે, ના તને ખબર છે.....!

હમ સફર છીએ, પણ ક્યાં સુધી ?
કોની બાકી છે કેટલી સફર,
કોણ એકલું થાસે એક વગર,
ના મને ખબર છે, ના તને ખબર છે.....!

કોનું મુકામ આવશે પહેલું,
કોણ ઉતરશે છોડીને હાથ,
ક્યાં છૂટશે આપણો સંગાથ,
ના મને ખબર છે, ના તને ખબર છે.....!

47. તું...!

ઊભો થા એય મર્દ મુસાફિર, નિરાશા, મનની માર તું,
હજી બાજી છે હાથમાં, હૈયે હિંમત નવ હાર તું....!

ભેદી જાજે ઝંગમાં શત્રુઓની વણજાર તું,
ગોતી લેજે ગોતી લેજે, દુશ્મનમાં પણ, યાર તું...!

ક્યાંક આગતા, સ્વાગતા, ક્યાંક પામીશ તિરષ્કાર, તું,
દર્દ દબાવી, તું ગોતી લેજે, ક્યાંક મુસ્કુરાટમાં, પ્યાર તું...!

ખમી જાજે ખામોશ થઈ, ચાહતની અગનઝાળ તું,
ચકોર રીત જેમ જીતી લેજે સઘળો આ સંસાર તું....!

પ્યાલો ભરજે તું પ્યારનો, ને નશો કરજે દિલદાર તું,
પ્રીતનાં ઘુંટ તું મારી લેજે, ભલે બેફામ થઈ, હદપાર તું..!

સૂર-તાલનું સમનવ્ય થાજે સૂના દિલનો, થાજે તાર તું,
તાલે તાલે ત્યાં ભરી દેજે, તારી યાદોની ઝણકાર તું.....!

કિનારે કિનારે તું કાં હાલે, તારી કસ્તી પાછી વાળ તું,
રમતી મેલ 'મહારાજ' એને, મહા સાગરની મઝધાર તું...!

48. કમાલ છે..!

જિંદગી છે એક, બંધ બાજ઼ી, અહીંયાં ચાલે, બધા ચાલ છે,
અહીં સ્નેહી નહીં પુછશે તને, કે કેવા તારા હાલ છે...!
મશગૂલ થઈ જા મર્દ થઈ, આ ઈજ્જત તણો સવાલ છે,
હારી ન જાજે હિંમત તું, આ તો તકદીર તણી કમાલ છે..!

ક્યારેક બાજ઼ી કરોડોની, ક્યારે થવું તારે બેહાલ છે,
ડરતો નહીં અંધારું ભાળી, તું ભડકે બળતી મસાલ છે...!
અહીં તો પૈસો જ છે પરમેશ્વર, ના શરમ ને ના લાજ છે,
એક એકથી, સૌ ચડિયાતા, આ ભોળા બધા, ચાલબાજ઼ છે..!

પગલા ન ભરતો પાછા તારા, ના તો તું લાચાર છે,
હાર્યો હિંમત તો સમજી લેજે, કરારી તારી હાર છે.....!
આત્મસાત કરજે આત્મબળ, અહીં ભરોસાની, ભરમાર છે,
જંપલાવી દેજે તું જિગરથી, તારી નૈયા હવે મઝધાર છે...!

જુગટું છે આ જિંદગી તારી, ને ધૈર્ય તારું હથીયાર છે,
કાં તો ડૂબીશ કાંઠે તું, કાં કસ્તી આર પાર છે....!
ઉઘાડતો નહીં તારા અંતરનાં, તારા દિલે જ ચોટનાં વાર છે,
તું જ, હસી ને રડી લેજે, અહીં મતલબ સુધી, નોજ પ્યાર છે...!

અવરોધ જોઈ ના ઊભો રે'જે, ડગ, માંડવું તારે ધરાર છે,
પાછો હટ્યો તો સમજી લેજે, કફન તારું તૈયાર છે......!
માટે માણી લે તું મન ભરી, એ જ સત્ય આ સંસાર છે...!
જવું છે તારે બસ એકલું જ, નડે ને ક્યાં કોઈ તહેવાર છે...!

49. નૈયા

તારા જ વિશ્વાસે તરતી મેલી. મારી નાનકડી આ નૈયા,
તું તારે કે ડુબાડી દે, તવ ઇચ્છા આધીન હું મૈયા....!

નથી સમજણ સાગરના, વાયરા કેરાં મિજાજની,
દિશા હીન છું, દીન હું, છે કસોટી મુજ લાજની,
તું જ તારણ હારી 'મા', માડી તુંજ છો ખેવૈયા,
તું તારે કે ડુબાડી દે, તવ ઇચ્છા આધીન હું મૈયા....!

ના જ્ઞાન સાહિલ ના અંતરનું, ના સૂઝે કોઈ ઉપાય,
ભ્રમિત થઈ ગઈ મતિ મારી, મૈયા કરજે તું જ સહાય,
ધનઘોર ગરજે મેહુલિયો, મારી સઢ વિનાની નૈયા,
તું તારે કે ડુબાડી દે, તવ ઇચ્છા આધીન હું મૈયા....!

નથી ભવનું ભાથું બાંધ્યું, ના કોઈ દીનનો ઝાલ્યો હાથ,
અલગારી છું હું એકલો, ના સાથી કોઈ સંગાથ,
ઝંઝાવાત સામે નહીં ઝઝૂમે, મારી ક્ષણ ભંગુર છે નૈયા,
તું તારે કે ડુબાડી દે, તવ ઇચ્છા આધીન હું મૈયા....!

50. ભણતર

સફર થઈ છે જો શરૂ તારી, જીવન, મેદાન એ જંગમાં,
સમરાંગણ, જાવું સજ્જ થઈ, ઉત્સાહ અને ઉમંગમાં,
શત્રુ હોય કે હોય સ્નેહીને, છે પ્રીત ધાગે બાંધી જાવું,
અડગ થઈ આગળ વધજે, તારે સિધ્ધિ શિખર છે જાવું.....!

શીખી લેજે હર શસ્ત્ર તું, મા-બાપ, ગુરુની સંગમાં,
પ્રીતની તું રીત શીખજે, સદ્ગુરુ તણા સત્સંગમાં,
હતાશાને દૂર હડસેલી, તારે હર ઘડી છે મુસ્કુરાવું,
અડગ થઈ આગળ વધજે, તારે સિધ્ધિ શિખર છે જાવું....!

ચડાવ આવશે ચારે કોર, ને ઊંચા આવશે પહાડ,
ક્યાંક નીરવ શાંતિ ને, ક્યાંક વનરાજ કેરી ત્રાડ,
દરાળ દેખી ડરતો નહીં, ઢોળાવે ના ઝાઝું હરખાવું,
અડગ થઈ આગળ વધજે, તારે સિધ્ધિ શિખર છે જાવું....!

શિક્ષા અપાવે સન્માન ને, શિક્ષાએ જ થાય ચડતી,
ભણતરમાં જ ભગવાન ને, ભણતરમાં જ છે ભક્તિ,
ઓળંગી અફાટ રણ ને, મહાસાગર તારે તરી જાવું,
અડગ થઈને આગળ વધજે, તારે સિધ્ધિ શિખર છે જાવું......!

51. ચાલ ભૂલી જઈએ

હું માફ કરું, ક્યાંક તું માફ કર, બંધ દરવાજાને ખોલી દઈએ,
આગ ભભૂકે જે અંદર ખાને, ત્યાં નીર બનીને ઓલવી દઈએ,
ઝાંપે બનાવી એક ઝૂંપડું, ને પ્રીતનાં ઝુલે ઝૂલી જઈએ,
ક્ષમા કરી દઈએ સૌ કોઈને, ચાલ ભૂલો સૌની, ભૂલી જઈએ...!

હર દિલ હોય એક મંદિર ને હર દિલે ક્યાંક અમૃત વાણી,
ગોતી લઈએ એ જ્ઞાન ગંગા, જ્યાં સ્નેહની વહે સરવાણી,
તૃપ્ત થઈ એ મધુર નીરથી, ને ખોબે ખોબે, પી લઈએ,
ક્ષમા કરી દઈએ સૌ કોઈ ને, ચાલ ભૂલો સૌની, ભૂલી જ ઈએ...!

ચિંતા ને દાહ દઈ ચિત્તામાં, ચાલ બેફિકર થઈ ને રહીએ,
વિષાદને દઈએ દેશ વટો ને, ક્ષોભ, ખેદને, ખેરવી દઈએ,
ઉલ્લાસ ભરી આ અમનમાં, ફરી એકમેકમાં જીવી લઈએ,
ક્ષમા કરી દઈએ સૌ કોઈને, ચાલ ભૂલો સૌની, ભૂલી જઈએ...!

ગુલશનમાં ગુલતાન થઈ, ક્યાંક રંગ ભરતા જઈએ,
દિલનાં જળમાં વહાલના, ફરતા તરંગ ભરતા જઈએ,
શબનમ બનીને પ્રભાતમાં, તરુપર્ણથી સરકતા જઈએ,
ક્ષમા કરી મહારાજ સૌને, ચાલ ભૂલો સૌની, ભૂલી જઈએ...!

52. વાલમ વસે પરદેશ

બારે મેઘ ખાંગા થયા, તોય ન પલડયા કેશ,
એને નયને ભરાયા નેસ, એનો વાલમ વસે પરદેશ....!

ભૂખ ભાંગી, ઊંઘ ત્યાગી, જાય સપના વિનાની રાત,
ચૂંદડી ચમકે ચંદરવા, માહેં રંગ વિનાની ભાત,
ઉમંગ ધરબ્યા ઊંડે ખૂણે, એ વરતાયે વિજોગણ વેશ,
એને નયને ભરાયા નેસ, એનો વાલમ વસે પરદેશ....!

ગમગીન લાગે ચાંદ એને ને ચાંદની બહુ ઉદાસ,
પૂર્ણ ખીલેલ પૂનમ એને, ભાસે અંધારી રાત,
એના ચિતડા કેરા આભથી, રોજ તારા ખરે બહુ તેજ,
એને નયને ભરાયા નેસ, એનો વાલમ વસે પરદેશ....!

મુશળધાર વરસે વાદળો, સંગ હાથીયા કેરી દહાડ,
વેરણ બની ને વીજળી, તોડે શમણાં કેરા પહાડ,
અગનથી વરસે આભ જાણે, એના દિલને, આપે ઠેસ,
એને નયને ભરાયા નેસ, એનો વાલમ વસે પરદેશ....!

ભેંકાર ભાસે, રેન વાયરા, મચાવે મન એનો ઉત્પાત,
ખંડિત બને ખંડેર ક્યાંક, સતાવે રૂદિયે એને સંતાપ,
પગરવ પડે ત્યાં કર્ણ તરસે, કદાચિત્ હોય કોઈ સંદેશ,
એને નયને ભરાયા નેસ, એનો વાલમ વસે પરદેશ....!

53. વડલો

આંખ ખોલી જ્યાં અવનિએ, ત્યાં રુઠ્યા રઘુરાઈ,
છત્ર છાયા અમ છીનવી, જાણે કરી કોઇ ચતુરાઈ,
ત્યારે મા તેં ઉછેર્યા, અમને રંગ કસુંબલ પાઈ,
તું ઘેઘૂર અમારો વડલો, મા અમે, વડ વડવાઈ...!

સમજ નો'તી આ સંસારની, ના સમજ કોઈ સગાઈ,
કોણ દૈત્ય ને કોણ દેવતા, કોણ દુશ્મન ને કોણ ભાઈ,
સમજ, સમજાવી તે સંસારની, તું વાત્સલ્ય ભરી વનરાઈ,
તું ઘેઘૂર અમારો વડલો, મા અમે, વડ વડવાઈ...!

સર કરાવ્યું શિખર અમને, હૈયે હામ ભરી હરખાઈ,
અજવાળા કર્યા અમ અંતરમાં, જ્યાં કાળી હતી પરછાઈ,
પથ કપાવ્યો તેં પથીક થઈ, જ્યાં મતિ અમ મુંજાઈ,
તું ઘેઘૂર અમારો વડલો, મા અમે, વડ વડવાઈ...!

શીખવ્યું શાસ્ત્ર ને શસ્ત્ર પણ ક્યાંક રામાયણની ચોપાઈ,
ક્યાંક જ્ઞાન ગીતા તણું, ક્યાંક કુરુક્ષેત્ર સમ લડાઈ,
અમને તારી સિધાવી તું, તારી વસમી લાગે વિદાઈ,
ગયો ઘેઘૂર 'મહારાજ' વડલો, થઈ અનાથ વડ વડાઈ.

54. શાશ્વત

જગતની આ જંજાળમાં, ક્યાંક ચડવું ક્યાંક પડી જાવું,
શાશ્વત સત્ય એ જ કે, તારે ચાર કાંધે, ચડી જાવું..!

ખાલી હાથે આવ્યો તું ને ખાલી હાથે છે જાવું,
પ્રિત દીપ પ્રગટાવી હર દિલ, પ્રકાશ પાથરી વહી જાવું...!

બે સુમાર આ દોલત તારી, અહીં જ મેલી છે જાવું,
શાશ્વત સત્ય એ જ કે, તારે ચાર કાંધે, ચડી જાવું....!

કર ભલા તો હો ભલા, એ જ મારગ છે તારે જાવું,
સહેજ ચૂક્યો જો આ પદ તો, તારે અવગતે પડશે અથડાવું...!

કર નહીં જાલે કોઈ તારો, અપાર આંસુએ પડશે નહાવું,
શાશ્વત સત્ય એજ કે, તારે ચાર કાંધે, ચડી જાવું...!

સબંધોની આ શૃંખલામાં, સૌમાં સાકર થઈ ભળી જાવું,
શીખજે સંસાર રીત તું, સૌના મનને છે કડી જાવું...!

કડવાશ ઘુંટ તું ગળી જાજે, 'મહારાજ' માટીમાં છે મળી જાવું,
શાશ્વત સત્ય એજ કે, તારે ચાર કાંધે, ચડી જાવું.....!

55. ઉડવા રહેજે તૈયાર

ગંગા નાહ્યા યમુનામાં નાહ્યા, નાહ્યા નર્મદે વારંવાર,
સ્વચ્છ ન થયાં તન મન આપણાં, હવે ઉડવા રહેજે તૈયાર....!

કાશી ફર્યા, મથુરામાં ફર્યા, ફર્યા તીર્થ સઘળે સંસાર,
ભગવા પેરીયા તોય ભગવાન ન મળ્યા, હવે ઉડવા રહેજે તૈયાર.

રુગ યજુર ને અર્થ વેદ વાંચ્યા,સામ વેદનો ન સમજ્યા સાર,
આ પોથી પંડિત પાણીમાં ગયું, હવે ઉડવા રહેજે તૈયાર.......!

પૂજા કીધી, અર્ચના કીધી, માળા મણકાં ઘસ્યા અપાર,
હોમ હવનથી હરિ ન મળ્યા, હવે ઉડવા રહેજે તૈયાર.......!

સ્તુતિ કથા ને સાધના કીધી, વળી પિતૃ બોલાવ્યા ધરાર,
મંત્ર તંત્રથી મહાદેવ ન મળ્યા, હવે ઉડવા રહેજે તૈયાર.......!

પંચ બલી, નાડી, નાગ દોષ, કીધી ગ્રહ શાંતી, ધોડા તાર,
ધરાર ન થઈ તોય ઘરમાં શાંતી, હવે ઉડવા રહેજે તૈયાર.......!

'મહારાજ' મારા આ પેટનાં પાખંડ બાકી કરનારો સૌ કિરતાર,
મજા નહીં આવે મતલબીઓને, હવે ઉડવા રહેજે તૈયાર....!

56. હું જાણું છું

બાદબાકી કરી જખમની, આ જીવન ને, હું માણું છું,
જિંદગી તારા ઝંઝવાત સામે, એને બાથ ભરતાં, હું જાણુ છું....!

વિશ્વાસ ના તોડયું કોઈનું, ના ક્યારે રંજ દીધા કોઈ દિલ ને,
જ્યાં ઝાલ્યો જેનો હાથ, એનો સાથ નિભાવી હું જાણુ છું.....!

સહારો આપ્યો મને કસ્તીમાં, જો એની નૈયા નહીં ઝીલે ભાર,
ડૂબવા નહીં દઉં એને એકલો, એની સાથ મરતા હું જાણું છું....!

જખમ દેશે કોઈ જાણી જોઈ તો એનું તર્પણ કરતાં હું જાણું છું,
સાથ હશે જો સ્નેહનો તો સર્વશ્વ અર્પણ કરતાં હું જાણું છું....!

પાછું ન પડે કદી કદમ મારું, કોઈની આફતના અંધાણમાં,
તું બેફિકર રહેજે એ મોત, તને ગલે લગાડતાં, હું જાણું છું...!

તવંગરોની આ દુનિયામાં, કોઈ દીનનાં થાય બરબાદ,
ક્યાં શીખ્યો નહીં હું ફરિયાદ, ફક્ત આબાદ કરતાં હું જાણું છું....!

57. હોય તો મોકલ

અહીં મખમલનાં છે પાથરણાં
પણ નિંદરની લાગી છે વાટ,
બે ફિકર ઉંઘી શકાય,
એવી ખાટ હોય તો મોકલ....!

ઝેર ઓકતી જીભલડીઓ
શબ્દોનાં મારે છે તીર,
આ દર્દ મારી દે દિલનું,
એવી ઘાત હોય તો મોકલ....!

દિન તડપાવે છે દર્દથી,
સંધ્યા એ વિરહની યાદ,
ના શમણાં કોઈ સતાવે,
એવી રાત હોય તો મોકલ.....!

નથી સાંભળવી મારે હવે
આ વફા, બેવફાની વાતો,
હૈયું ખોલીને હસી શકાય,
એવી વાત હોય તો મોકલ.....!

મઝધારે ડૂબે છે નાવડી
નથી દેખાતો ક્યાં કિનારો,
સાથ ડુબવા લંબાવે હાથ,
એવો સાથ હોયતો મોકલ....!

58. ઇન્તજાર

અસીમ થયો હવે ઇન્તજાર તારો
દિલે દયા ધરી હવે આવી જા,
પવન તણી પ્રણયની પાંખે, બાહુપાશ બંધાઈને આવી જા....!

દિવાકરની તેજ દિવ્યદ્રષ્ટિથી
તું લપાતી છુપાતી આવીજા,
અણસાર દઈ આગમનનાં, તું અંધારું ઓઢીને આવીજા.....!

ઇન્દ્ર ધનુષનાં અંગ ચોળી રંગો
સોળ શૃંગાર સજીને આવીજા,
ઘટ ઘટાવી, જામ ઘુંટ તું, મદહોશ મલપતી આવીજા.....!

પડતર પડી છે આ ધરા અમારી,
ધીમી ધારે વરસતી આવી જા,
મહેક ઊઠે આ માટી અમારી, રસ રંગ રેલાવતી આવી જા....!

કરમાઈ રહ્યા ઉપવન એને
અભિષેક કરતી તું આવી જા,
વહાલપ ઝંખતી વનરાઈને, ભરપૂર ભીંજવતી આવી જા....!

અકળાવે અમને મૌન તારું
તું મંદ મલકતી આવી જા,
આ સૃષ્ટિનાં સૌ સાગર ને, છલ્લોછલ્લ, છલકાવતી આવી જા....!

અસહ્ય વેદનાનાં વંટોળને
શીતલ શાંત કરતી આવીજા,
'મહારાજ', મીલન મુજ મિત કાજ, પાનેતર પ્રિતનું પહેરી તું આવીજા....!

59. ભાષા

મારા મનડાનું આ પ્યારું પંખી, ઉંચે ઉડવાની કરે આશા,
વાદળની પે'લે પાર જવું છે, એની સમજે કોણ આ ભાષા.

ગગન આંબતા શિખર જોઈને જ્યાં જવાને મન લલચાય,
મસ્ત ઉછાળે મેરામણ મોજા, પણ કોણ એને ત્યાં લઈ જાય,
તડપે રોજ દિલ ઊર્મિ ભરી, કદીક તો પૂરી થશે અભિલાષા,
વાદળની પે'લે પાર જવું છે, એની સમજે કોણ આ ભાષા.

ઉડી શકે ના હજુ, એટલું એ તો એની નાજુક, ને નબળી પાંખો,
ઝાંપો ના એણે છોડ્યો ક્યારેય, ઝાઝું દૂર ના, દેખે જે આંખો,
એ ઈબાદત કરે રોજ ઈશની, દિલે પ્રેમની ધરી પરિભાષા,
વાદળની પે'લે પાર જવું છે, એની સમજે કોણ આ ભાષા.

સમજાવ્યું વિહંગને વિનવી, તારી એટલી કયાં છે ઓકાત,
શાંત રાખજે તું શમણાં તારા, શાને આટલું કરે તું ઉત્પાત,
અથડાશે તું જે'દિ અવની એ, તે દી કોઈ નહીં દેશે દિલાશા,
વાદળ ની પે'લે પાર જવું છે, એની સમજે કોણ આ ભાષા.

અંબર આંબવાના, અભરખા, તું તારા જ મનોબળે જાજે
આશા ન કરતો તું અવરની, હૈયે હામ ભરી ઊડી જાજે,
હતાશા હડસેલ 'મહારાજ' ત્યારે પૂર્ણ થશે તારી આશા
વાદળની પે'લે પાર જવું છે, એની સમજે કોણ આ ભાષા.

60. કોઈ જરૂરત નથી

છે હરિ સાહેબનું સાનિધ્ય અને અસીમ કૃપા છે કિરતારની,
આપની દયાનાં મોહતાજની, મને ક્યાંય, કોઈ જરૂર નથી.....!

મસ્ત થઈ મ્હાલી રહ્યો છું, હું નિજાનંદ મારી મસ્તી મા,
તમારા હીરા જડિત સરતાજની, મને ક્યાંય, કોઈ જરૂર નથી....!

નકલી લાગે શ્રેષ્ઠ, દુનિયાને, બનાવટ બગીચા, ઝુલોની,
પણ સંવેદના હીન એવા ફૂલોની, મને ક્યાંય, કોઈ જરૂર નથી....!

મદહોશ થઈ ને પહેલેથી જ, હું મદિરા પી ને બેઠો છું,
તમારા અનમોલ, મોંઘા જામની, મને ક્યાંય, કોઈ જરૂર નથી....!

ભૂલો પડું જો ભવ સાગરમાં, દિશા હીન થઈ ને મઝધારે,
પણ કાંઠે ડુબાડે એ કિનારાની, મને ક્યાંય, કોઈ જરૂર નથી....!

એકલો જ લડી ને, આ દુનિયાથી, હું આ ગોઝારા 'ઘા' સહી રહ્યો,
આપની હમદર્દી ભર્યા ભાવની, મને ક્યાંય, કોઈ જરૂર નથી....!

નિરંતર નિર્મલ જળમાં રહે, 'છતાં પીગળે નહીં પાષાણ,
એવા નિષ્ઠુર માનવની 'મહારાજ' મને ક્યાંય, કોઈ જરૂર નથી.....!

61. આવશે જ

સીધો નથી અહીં કોઈ રસ્તો, મારગ તારે, ફાંટા તો આવશે જ,
સોબત કરીશ ગુલાબની, તો સાથે, કાંટા તો આવશે જ.....!

સરળ નથી જવું એ રસ્તે ઓલા સાધુ સંત કે યોગીનાં,
ક્યારેક થવું પરમ તૃપ્ત તો, કાયમ, કષ્ટ તો આવશે જ.....!

સૂરીલી બની ને વાંસળી તારે હોઠે હોય જો અડવું,
તો તારી કાયા એ પડશે કાણાં ને દિલે, દાઝ તો આવશે જ.....!

રોજ રોજ ઉગશે પ્રભાતે જે દિલમાં અનંત આશા ઓ,
સાંજે વળી સજ્જ થઈ, ઘોર, નિરાશા તો આવશે જ....!

રંગત ભરીને બંધ પાંપણે લઈ સપનાં સુઈ જાશું,
અતિ હરખને શોકમાં, સંગ, આંસુઓ તો આવશે જ.....!

દિલની કરીશ આપ-લે તો ક્યારેક, ચોટ તો આવશે જ,
ક્યારેક જ હશે નફો, નહીં તો, ખોટ તો આવશે જ....!

જોખમ ભરી તારી જિંદગી, જીવન, જ્યોત પણ આવશે,
માટે મન ભરી માણો 'મહારાજ', બાકી, મોત તો આવશે જ....!

62. અભિનય

સદા રહેવું નિજાનંદમાં
રહેવું મસ્તીમાં ચકચૂર,
માણી લેવું મન ને ગમતું,
પીવું પ્રેમ રસ ભરપૂર,
ક્ષણ ક્ષણ મળે જે સુખની, એ કૃતિ દિલથી ઘડવાની,
સ્મિત જ છે અભિનય શ્રેષ્ઠને, નથી મઝા, મનમાં રડવાની...!

ઉડતા રહેવું નિલ ગગનમાં
ભલે સ્વપ્નનાં સહારે,
ક્યારેક ટોચે હિમાલય તો,
ક્યારેક ક્ષીર સાગરનાં આરે,
પંખ વિણ વિચરવું વ્યોમમાં, ના ચિંતા પટકી પડવાની,
સ્મિત જ છે અભિનય શ્રેષ્ઠને, નથી મઝા, મનમાં રડવાની...!

ના હિસાબ રાખવો પાપનો,
ના પુણ્યની રાખવી યાદ,
નથી ઓછું દીધું ઈશ્વરે,
ના કરવી કોઈ ફરિયાદ,
મોક્ષની ના રાખવી ખેવના, ના બીક પતનમાં પડવાની,
સ્મિત જ છે અભિનય શ્રેષ્ઠને, નથી મઝા, મનમાં રડવાની...!

હસીને હલકા કરી લેજે,
દુઃખ દર્દનાં સૌ ડામને,
દબાવીનાં દેતો દિલ મહીં,
તારી અખૂટ હૈયાની હામને,
જીવીલે ઝનૂનથી જિંદગી, મોત તો એમે ય ગળે છે મળવાની,
સ્મિત જ છે અભિનય શ્રેષ્ઠને, નથી મઝા, મનમાં રડવાની...!

63. હું જાઉં છું

ખજાનો દેજે એને ખુશીઓનો, જેણે ક્ષણીક મને ખુશી દીધી,
એ જ દુઆઓ કરવા હું દિલથી, આજ મંદિરીએ હું જાઉં છું.....!

રણ ઓળંગી ને જ્યાં આવ્યો, ત્યાં વડલો જોયો એક વહાલનો,
બદનસીબે ખોયો એ છાંયડો, હવે તડકો લઈ ને જાઉં છું.....!

શૂરવીર થઈને હું લડતો રહ્યો, રહી આગળ, રણ મેદાનમાં,
જંગ આવ્યો તો જીતવા, પણ આજ હાર લઈને જાઉં છું...!

હામ હતી બહુ હૈયે મારે, પહાડો પણ ફ્રૂદી જાવાની,
અફસોસ, હિંમત હારી ગયો, હવે નિર્માલ્ય થઈને જાઉં છું...!

મર્દાનગીથી હર મોતના, પડકાર્યા મેં હર તાંડવને,
આજ હેઠા મેલી હથીયાર, હું કાયર થઈને જાઉં છું......!

અણમોલ ખજાનો યાદનો, ભવો ભવ એ નહીં ભૂલાય,
હસ્તો રહ્યો મુજ મૂર્ખાઈ પર, આજ આંસુ છુપાવતો જાઉં છું.....!

જ્યાં જ્યાં ગયો હું જ્યાં રહ્યો, સૌ ગમ લીધા, ખુશીઓ દીધી,
સંસારનાં સુના સ્મશાનમાં, હવે લાશ થઈને જાઉં છું....!

સાકી દેજે તું શરાબ મને, ગમનો આજ ઉપચાર છે,
છલ્લો છલ્લ ભરી દે જામ તું, હું એકલો અથડાતો જાઉં છું....!

માફ કરજો, મને ખબર નહીં, તમને ચોટ ક્યાંક લાગી હશે,
દિલગીર થઈને હું આજથી, આપના જીવનમાંથી જાઉં છું....!

64. કાવ્યો

1

અપેક્ષા મેલી દે અવર તણી
છે સકળ સંસાર સ્વાથી,
પાય પડીજા, પાર્થની પેઠે
ખૂદ સદ્ ગુરુ બનશે સારથી.

2.

તમે ઇચ્છો એવા છીએ અમો
ભલે સોનું સમજો કે પિત્તળના,
એને સદ્ગુણ, કહો કે અવગુણ,
અમે રંગ ન બદલી એ ભીતર ના.

3.

જગત કરે જુલમ જ્યારે
નેં સ્નેહી છોડે સંગાથ,
વિશ્વાસ રાખજે વહાલા,
ત્યારે ઈશ્વર પકડે હાથ.

4.

સ્નેહ હોય તો સામે આવે,
આમ શું મનમાં મળે,
શું ખબર અહીં કોણ કયારે,
વીંટાેલ કફનમાં મળે.

5.

જોમ રાખી અકબંધ ને
હું જિંદગી ને સતાવું છું.
પ્રાર્થના કરી ક્યારે પ્રભુને
ના હું બંદગી જતાવું છું.
ખુશી વાટું છું ખલકમાં,
દર્દ દિલમાં જ પતાવું છું,
છે પ્રાણની કોને પરવા ?
હું મોતને પણ સતાવું છું.

6.

બ્રાહ્મણ મોઢે વિધિ વિધાન
વૈષ્ણવ વેપાર વણંજ,
સોની પાસે સોનાની વાતું,
હોય જ્ઞાની મોઢે સત્સંગ,
ક્ષત્રિય મોઢે શૂરવીરતા,
કામુક મોઢે હોય અંગ
દુરીજન અર્પે કુટિલતા,
આતો સંગ, તેવા હોય રંગ.

7.

અતિ વિશ્વાસ જો ઉરનો
એ લાવે જીવનમાં કાણ,
અતિ વિશ્વાસ, વંટોળનો,
તે મધ દરિયે ડૂબાડે વહાણ,
વિશ્વાસમાં મર્યા મહારથી, મહાભારતમાં એનું પ્રમાણ,
વેરી નહીં પણ વહાલા મારે, વિશ્વાસના ઘાતક બાણ.

8.

નથી નયન, કોઈ વાદળી
જે ઝરમર ઝરમર ટપકે !
જરા ઉતરી જુવો હૈયામાં,
કાંઈક તો છે, જે ખટકે.

9.

ક્ષણ ક્ષણ સાજન સાંભરે
જેના વદન ધીર ગંભીર,
પલ પલ હોય હૈયું વીંધતા,
જેને વિરહના વસમા તીર.
સમજે ના સખી જે વેદના,
જેને નયનનાં છલકે નીર,
કાં તો કઠણ પાષાણ હોય,
કાં'તો હૈયા વિનાનો ફકીર.

10.

ઘણી યાદો લઈને, યાદો દઈને
અમે જાશું સામે તીર,
બસ જાવું જરૂર,
છે એક દિન,
કરી હૈયું ધીર ગંભીર,
રહેવું ન આઝું
આ નગરીમાં,
જાશું નયન ભરીને નીર,
જોજો ચાલ્યા જાશું અહીંથી,
તોડી સ્નેહ તણી ઝંજીર,

11.

કોઈ આવી ને, ખોલે દ્વાર ને
કોઈ બંધ કરી જાય બારણાં,
કોઈ જાય યાદો કડવી છોડી,
કોઈ મધુર મેલી સંભારણા.
કોઈ આવી ભૂખ ભેગા કરે,
કોઈ કરાવી જાય પારણાં,
જે વિશ્વાસે કરીએ પ્રયાણ,
એજ ખોટી પાડે સૌ ધારણા.

12.

સ્વાર્થ ન હોય સંબંધમાં
એ ખોટી ધારણા ધારમાં,
મન માપવાનું, ત્રાજવું,
શોધાયું નથી સંસારમાં.

13.

લાગણી લેવા એ ગયો હતો
લઈને આવ્યો વેદના,
સ્નેહમાં ખોઈ સંવેદના,
એ તારો પટકાયો પૃથ્વીએ.

14.
પારંગત સકળ શાસ્ત્રમાં
કર્યા મોઢે ચારેય વેદ,
પણ વેદ નો ન જાણ્યો ભેદ,
તો વ્યર્થ છે બધું એ વહાલા.

15.

વરસજે ભલે ત્યાં વહાલથી
જ્યાં લાગણી કેરા મોલ,
ના ખૂદનું ગુમાવતો તોલ,
વરસીને રણમાં મૂરખા.

16.

નયન ભરી નિરાશ થઈ
તું બેઠો શેની આશમાં ?
ઊભો થા, આગળ વધ,
છે સફળતા વિશ્વાસમાં,
સમય જાય છે સરકી તારો,
મોહ, તૃષ્ણાની પ્યાસમાં,
શ્વાસ તારા જઈ રહ્યા છે,
જો મોતની બાહુ પાસમાં,

17.

હોય કાચો તાંતડો પ્રીતનો
એને ઝાઝું નવ ખેંચાય,
એતો તરત જ તૂટી જાય,
સર્જાય સ્પંદ જો શંકાનાં.

18.

કિસ્મત કરાવે ખેલ સૌ, મજબૂરી છોડાવે દેશ,
નહીં તો કોણ જાય પરદેશ ! સાગર મેલીને સ્નેહનાં.

19.

સમયના જોયા રંગ ફરતાં,
સમયની જોઈ બલિહારી,
ગદ્દારોમાં જોઈ ચારી, નેં,
ચારોમાં જોઈ ગધ્ધારી.

20.

પરવા ન કરે ખૂદ પ્રાણની,
પરહિતે દોડી જાય,
ભલે મોત સામે મંડરાય,
શૂરવીર ન હટે સંગ્રામથી.

21.

ઘટમાં ગુંજે ઘંટારવ,
ઘર ભાસે ગંગા તીર,
પ્રભાતે જ્યાં નજર પડે,
મા તારી જ્યાં તસ્વીર.

22.

કરવી નહીં પ્રીતની ક્યારે,
લાગણી હીન ને લહાણી,
તૃપ્તિના કરે તન મન તણી,
એ જેવું ઝાકળનું પાણી.

.

.

23.

ભાંગે ભ્રમણા ભવોભવ તણી
ડર બળી જાય અંતનું,
એક ક્ષણ સાંપડે કર્મ યોગે
સાનિધ્ય જો કોઈ સંતનું.

24.

હાથ નહીં ઝાલે કોઈ હમદર્દ થઈ
નીચે પાડવાને સૌ આવશે,
તમે એક પગથિયું જો ચૂક્યાં,
તો દુનિયા દસ પગથિયાં ઉતારશે.

25

અભ્યાગત આવે આંગણે
જે માંગે ઠાઠ માઠ,
હોય ના એ કંચન કદી,
જેને તનડે લાગ્યા કાટ.

26.

સાથ દઈને ઘાત કરે, પીઠ પાછળ કરે વાર,
કસ્તી પહોંચે કિનારે ના, જેનાં હમસફર ગદ્દાર.

27.

હામ કરાવે, પાર હિમાલય, દામની શી જરૂર છે,
જિગરમાં હોય જોમ તો, જામની શી જરૂર છે?

28.

મનભાયે ના મન કો કોઈ
સબ સૂર જૈસે ઉદાસ,
સરિતા સુખ ગઈ પ્રીત કી,
અબ કેસે મિટે યે પ્યાસ,
કિસબિધ જાયે જેહન સે,
બેદર્દી તેરા અહેસાસ,
જિંદા રખી હે જહાંન મેં,
મોહે તોહે મિલનકી આશ.

29.

જાય જીવનથી પાનખર
આગમન થાય વસંતનું,
કસ્તી થાય પાર સાગર,
સાનિધ્ય મળે જો સંતનું.

30.

પાનખરનાં આવે ત્યાં ક'દી
જ્યાં બારેમાસ વસંત,
રંગ ના બદલે તન મન તણા,
શૂરવીર, દાતા ને સંત.

31.

મેરુ સરીખું મનોબળ જેનું, મહાસાગર જેવું મન,
અગણિત સામે દુશ્મન, તોય શૂરવીર ન હટે સંગ્રામથી

32.

પતલા પથ યે પ્રેમ કા
જૈસે સમશેર ધાર,
'ઐસે ચલના ચાલ યહાં
ચૂકના નહીં લગાર,
જશ્ન મના મત જીતકા,
હાર કા આગે હૈ દ્વાર
ગુરુ બિન કૈસે પાર કરેગા
યે વિકટ પથ સંસાર.

33.

પાંપણ ભૂલ્યા પલકારા,
ધનઘોર સતાવે રાત,
રોજ થાય રુદિયા મહીં
ઉમંગ વિનાની પ્રભાત,
સતાવે બહુ સંભારણા
દિન રાત રડાવે યાદ,
જતાં રહ્યાં જે જાણતા,
દિલના દર્દની સૌ વાત.

34.

કોઈ આવી ને, ખોલે દ્વાર ને
કોઈ બંધ કરી જાય બારણાં,
કોઈ જાય યાદો કડવી છોડી,
કોઈ મધુર મેલી સંભારણા.
કોઈ આવી ભૂખ ભેગા કરે, કોઈ કરાવી જાય પારણાં,
જે વિશ્વાસે કરીએ પ્રયાણ, એ જ ખોટી પાડે સૌ ધારણા.

35.

અધૂરાં રહે ન અરમાન કોઈ
થાય, તો પૂર્ણ સૌ મહેચ્છ !
કાં લખ્યું હોય જો લલાટે તો,
કાં બળવાન, સાહેબ ઇચ્છ.

36.

સુષુપ્ત સમણાં સળવડ્યા
ઉડ્યા પ્રીતની પાંખે,
બંધ નયને કોરા રહ્યા
એતો ભીંજાયા ખુલ્લી આંખે.

37.

સ્વર સ્વર તારે સરસ્વતિ
તિરથ ઘાટ ફર્યો હજાર,
મળ્યો સંત ખભે આધાર,
તોય કડવો જ રહ્યો તું તુંબડા.

38..

'મા' વિનાનું દિન દદીલું, 'મા' વિનાની વેરણ રાત,
યાદો દેવડાવી જખમ આપે, 'મા' વિનાની રોજ પ્રભાત.

39.

પરહરે સર્વસ્વ પરકાજ, પ્રભુ જ એને તારે,
જે જતું કરે એજ જીતે, જે ભેગું કરે એ હારે.

40.

આસમાનના ગયા અભરખા,
ચાર પગથીયા હવે ના ચડશું,
નહીં ગોતજો હવે ભીડમાં
તન્હાઇનાં તટ પર મળશું,
જોમ ગઈ ને જિગર ગઈ
ક્યાંક પડશું હવે આથડશું,
તું રડીલે મનભરી ઓ લાડલી,
પણ અમે કોના ખભે રડશું ?

41.

મન ભાયું આજ મથુરા તને
છો વૈભવમાં ઓત પ્રોત,
છૂટા પડવામાં તેં છેહ દીધો,
હવે મળવાનું બહાનું ગોત.

42.

પ્રભુ જ પ્રેમે હાથ ઝાલે
એને કરજો કાલા વાલા
લાગણીઓ ને જ્યાં ત્યાં
વેડફજો નહીં વહાલા.

43.
સહર્ષ સ્વીકારીએ ખામીઓ
પણ ખૂબીની કહું એક વાત,
અમે તમારી જેમ કરતાં નથી
કોઈની હારે વિશ્વાસઘાત.

44.

ઉત્સવ ઉજવજો ઉમંગથી
રંગ ઉડાળજો દોડી દોડી,
ભલે હોલિકાનું કરજો દહન
ક્યાં સળગાવતા નહીં હોળી.

45.

કામણ કર્યું કે કપટ કર્યું
કર્યું જગમાં ઊંચું નામ,
ઓળખી તને અંતરથી,
મેં જાણ્યા તારા સૌ કામ,
મોહ્યો તું મથુરા નગરીમાં,
ભૂલ્યો પ્રીતની રીત તમામ,
ભલે લોકો કહે વ્હેરી,
પણ તું લાગણીહીન છો શ્યામ.

46.

લક્ષ ચોર્યાશીનું લક્ષ ભેદવું
રાખજે ખુલ્લી આંખો,
વાતો વાતોમાં વહી જાશે
સમયને હોય છે પાંખો.

47.

જખમ આપે છે જાણી જોઈ, કોઈને સ્વજન કોઈને પાયલ,
કોઈ છૂપાવે કોઈ બતાવે, બાકી હરકોઈ છે અહીં ઘાયલ.

48.

વહી જાય મોઢા ફેરવી
તોય યાદો ના ભૂંસાય,
એવો કોઈ ઉપાય ?
ભૂતકાળ ભુલાવે શામળા !

49.

પરકાજ ખોડાણા પાદરે
પરકાજ સમેટ્યા શ્વાસ,
શ્રદ્ધા ધરી સ્મરણ કરો
ખુદ પાળિયા બોલશે ઇતિહાસ.

50.

સહ્યા ઝાપટા જીગરમાં
સહ્યા ટાઢ, તાપ આકરા,
એ ખુદ સુકાયા ખાખરાં,
તારા તન-મન રંગવા 'કેસુડા‘.

51.

આરોગવું નહીં અન્ન ક્યારે
નુગરા નર ને ભાણે,
વેંચવી નહીં વિરતા ક'દી
અરબો નગદ ના નાણે,
વાતો કરે ભલેને મોટી, તાળી પાવૈયા ને તાણે,
કરવો કિનારો એ કાયરથી
મરદને તો મરદ પિછાણે.

52

સંપત્તિ ડગાવે સાધુને
મહંત ને તોડાવે મૌન,
પોતાના પૂછે તું કોણ ?
જર વિના અહીં જોશીડા.

53.

માનસરોવરના મોંઘા મોતી
એ હંસલા હરખી ખાય,
કાગથી ના જીરવાય,
એતો જીવથી જાય 'જોશીડા'.

54.

રહે અમર ગાથા અવનીએ; કર કામ એવા સંસારમાં.
જાવું એમ આ જગત છોડી; જેમ સપનું તૂટે ક્ષણવારમાં.

55.

વાતું દિલના દાવાનળની
વિતી હોય તેને સમજાય,
કોઈ મુશળધારમાં કોરા રહે
કોઈ ઝાકળમાં ભીંજાય.

56.

એકલા ના ખાય કાગડા, બોલાવે આખી નાત,
મૌન રહીને કરે ઘાત, આ બહુ રુપાળા બગલાઓ.

57.

પામર નવ પામે પહેલેથી
જવાની કોઈ એંધાણી,
બસ રહેવું સંગાથ એટલું,
છે જ્યાં સુધી દાણા પાણી.

58.

જ્યાં ત્યાં ન કરવું જિંદગી
લાગણીનું રોકાણ,
વળતરમાં મળે મોકાણ
જીવતર બગાડે 'જોશીડા'.

59.

ખુલી છે રગ રગ હૃદયની
ખુલ્લા છે દિલના બારણાં,
ભલે ગોતો, તમને નહીં જડે
જે સંતાડ્યા છે સંભારણા.

60

વટ, વચન ને વિરતા
પરકાજ દેતાં પ્રાણ,
આ પાળિયા એના પ્રમાણ
એના મોત ન હોય માયકાંગલા.

61

તન નોખા, પણ હૈયું એક
એને શેના, લેખા જોખા,
પ્રીત અતૂટ પુરવ ભવની,
એને શાના હોય ધોખા !
મનડા એમના મંદિરિયા,
તન ગંગાજળ સમ ચોખા,
જળ ભળ્યું જાણે દૂધમાં,
એને કોણ કરી શકે નોખા ?

62.

હેલી બની, તું હાલ્યો આવ,
આમ ઝરમર ઝરમર શું આવે !
તું આવે તો આવ મન મૂકી,
આ ફરફર અમારે ના ફાવે.

63.

પ્રીતના હોય ના પારખા
પ્રીતમાં હોય ના જીત,
વિયોગ વિનાની પ્રીત,
શક્ય જ નહીં શામળા.

64.

દાન દઈ દે દેહ તણા
ગામે ગામ પ્રમાણ,
પરકાજે હોમે પ્રાણ, એના હોય પાળિયા.

65.

મુશળધાર હતી મતલબની
અમે સમજ્યા વિના નાહ્યા,
હવે કંપે નહીં આ કાયા,
મહારાજ જખમના ઝપટાથી.

66.

ઉંઘ ઉડી જાય આંખથી
કોઈ ગેબી સતાવે રોગ,
મન સરોવર મૃત પાય બને
વિપરીત થાય સંજોગ,
તન અદ્રશ્ય જ્વાળા જાગે,
જાણે પ્રેત માંગે ભોગ,
સૃષ્ટિ લાગે સ્મશાન સમ
જેને વહાલાથી વિજોગ.

67.

ખુદની છોડી નેં ખેવના
ખુશીઓ કાજ દેહ ધરી,
અવર દિલે ઉમંગ ભરી,
તું ધૂળમાં ધરબાયો 'કેસુડા'.

68.

આવે સંભારણા સરકતા, હૈયું હરખે જૂઠી આશમાં.
જો યાદોને પાંખો હોત તો, હું ઉડાડી દેત આકાશમાં.

69.

ઉમટ્યા હશે પુર આંસુઓના
સળગી હશે સંવેદના,
સંગ સંગ રડ્યા દ્વાર ઉંબરા
કેવી હશે એ વસમી વેદના !

70.

વિપરીત બુદ્ધિ વિનાસ સર્જે
આ વાત છે એક દંગલની,
તુચ્છકાર્યો એણે એક તણખાને
હવે રાખ દેખાય એ જંગલની.

71.

શમણાં સળગી રાખ બન્યા
અરમાન રહ્યા અધૂરા,
દિલમાં ભભૂક્યા દાવાનળ, તોય પાંપણ રહ્યાં કોરા.

72.

મંદિરીયે આવી હાથ જોડી
કોઈ તાજ નથી માંગ્યું,
દીન કાજ માંગી દયા દૃષ્ટિ,
કોઈ રાજ નથી માંગ્યું.
નથી આપ સ્વાર્થની ભાવના
કે તું દઈદે દિલે દયા ધરી,
માંગ્યું છે તો પરકાજ સદા
મેં મુજ કાજ નથી માંગ્યું.

73.

ઉપાય કરી લ્યો કરોડ ભલે
જંતર મંતર તંતરનાં,
પણ પરમેશ્વર આવે દોડી ત્યાં
ઉદ્ધાર હોય જ્યાં અંતરનાં.

74.

અધૂરી જ વાંચી પ્રેમ કથા
કરી બેઠો પ્રીત પાગલ,
એને વાંચવાનું જ રહી ગયું'તું
અંતિમ પ્રકરણ વેદનાનું !

75.

ઘાવ કરી ઘાયલ કરે
એવું બાણ નથી રાખ્યું
જે ડુબાડે દે મઝધારમાં,
એવું વહાણ નથી રાખ્યું,
પરીક્ષા દઈશ હું પોતે જ
કોઈ સુજાણ નથી રાખ્યું,
નિમિત્ત બની જે દઈ દીધું
એ લખાણ નથી રાખ્યું.

76

થઈ જાય આર પાર એ, તીર હોય છે નજરમાં,
બાંધે પ્રીતના બંધન એ, ઝંઝીર હોય છે નજરમાં,
દર્દ મટાડે સૌ દિલ તણા, એ પીર હોય છે નજરમાં,
ક્યારેક ખુશી ક્યારેક ગમ, એ નીર હોય છે નજરમાં.

77.

નિંદ્રા જાશે નયનથી ને
વળી વેરણ બનશે રાત,
દિવસ જાશે દોહ્યલા,
રુદીયે રહેશે આગ,
જાય પ્રિતમ મેલી એકલી,
પરદેશ કેરા પંથ ને,
તુંજ બતાવ હે સખી,
આ કેમ સમજાવું કંથ ને ?

78.

અસ્તિત્વ મિટાવે મૂળથી
અહંકાર કેરી દહાડનો,
ઓચિંતો આવીને જકડે,
આ ક્રૂર પંજો કાળનો.

79.

માંડ્યા જો પગલા પ્રીતમાં
તો ખમવી પડે ખોટ,
ક્યાંક હળવી ભારે ચોટ,
એ તો મફતમાં મળે 'માધા'.

80.

ભરતી દઈ જાય હેત ખજાના
એ ઝુંટવી જાય જો ઓટ,
ના સહેવાય એવી ચોટ, એ ખોટ ખમે કોઈ ખમતીધર.

81.

સહ્યા સૌ ઝપટા જિગરમાં
સહ્યા ટાઢ, તાપ આકરા,
એ ખુદ સુકાયા ખાખરા,
તારા તન, મન રંગવા કેસુડા.

82.

દુર્લભ હોય દાતાર એવા
મન અમારું મોહી લીધું,
ચપટીભર માંગ્યું દર્દ અમે,
એમણે ખોબે ખોબે દીધું.

83.

અનંત હોય અંતર ભલે
ભલે હોય યોજનો દૂર,
પણ હૈયે એના સૂર,
ગુંજે મહારાજ મરતાં સુધી.

84.

પ્રગટાવ આશાના દીપ
ત્યાં જે નયન ટપકે નિરાશા,
અપેક્ષા જાણી, ઓથ દેજે
સમજીને મૌનની ભાષા.

.

.

85.

હેત રાખે તો હોડી ને તારે
નહીંતર જહાજ ડુબાડે,
જીવતાને તડપાવી મારે
ને લાશ કિનારે લાવે,
છે દયા સાગર ને દાનવ પણ,
એ કોઈક જ પાર તરીયો,
અથાગ બહુ ને અટપટો અતિ,
છે દુનિયા બહુ ખારો દરિયો.

86.

તિરાડો પડે ને બંધન તૂટે
સ્નેહ તણા બંધમાં,
પછી કોણ હું ને કોણ તું,
જ્યાં સ્વાર્થ ભળે સબંધમાં.

87.

શુભકાર્ય ન અટકે કોઈનું
એ ઈશ્વર ધારો અફર,
આતમથી જે આદરે,
'સાહેબ' ભરોસે સફર.

89.

પ્રતિષ્ઠા ની પાળ જાય, મળે જ્યાં ત્યાં લાતો,
ઝેર થઈ જાય જિંદગી, જેનો વાયદા હારે નાતો.

૯૦.

ભલે દવ દઝાડે દિલ મહીં
કે હૈયે ઢળી હોય રાત,
તોય મૂર્ખ કને નવ માંડીએ,
મહારાજ મનની વાત.

૯૧.

કાં અગન ઓઢે અંગ પર,
કાં ગળામાં નાખે ગાળિયા,
ઝેર પી ને એતો જીવ છોડે,
એના ના હોય પાળિયા.

૯૨.

એજ પૂજાય પ્રતિમા બની
સહન કરે વિપદા ધણી,
દેવી પડે અગણિત એને,
આહુતિઓ અરમાન તણી.

૯૩.

સમયને પણ સરકતા, હવે વાર લાગે છે,
પુષ્પ તણી પાંખડીની
હવે ધાર લાગે છે,
છે કોઈ એવી ઔષધી ?
ભુલાવે સુખદ ક્ષણોને,
ગઈ ગુજરી ઘડીઓનો, હવે ભાર લાગે છે.

94.

કોઈક આવે, લઈને આવે
હૈયે મોજની હેલી,
આનંદથી ઉભરાય જાણે,
દલડા કેરી ડેલી,
કોઈ જાય, જાણે થઈ જાય
નત મસ્તક કોઈ નવેલી,
ઉમંગ થઈ જાય અસ્ત સૌ,
ભેંકાર ભાસે હવેલી.

95.

મુખ માસૂમ પણ મન કાળા
જેની રગ રગ હોય કાળાસ,
કુળ કાળા નેં કરતૂત કાળા,
ત્યાં તમે શું રાખો આશ !
મહારાજ ન કરવું કોઈદી,
એ દુરિજન તણો વિશ્વાસ,
પારખી ન શકે જે પર જન ની,
એતો નયન માંહેલી ભીનાશ.

96.

મળ્યા દર્દ દિલને, સોગાદ તો એને જ બધું સહેવા દયો,
કસૂરવારનાં આરોપ બધા,
એની ઉપર જ રહેવા દયો.
ભૂલ એની તો એજ ભોગવે,
કોઈ કહે, એને કહેવા દયો,
બોલશે તો ક્યાંક દઝાડસે, ખામોશ જ એને રહેવા દયો.

97

એક એક કરી ઉડ્યા પંખી
તરુવર સૂનું ,થઈ સૂની ડાળ,
ગયું કલરવ ને કંઠ કોકીલ
સૂની થઈ જળાશય પાળ,
થયા માળા સૂના સ્મશાન સમ
સૂનું લાગે આ સકળ સંસાર,
મુરઝાયા પુષ્પો મનડા તણા,
મારું બાગ આજ ભાસે ભેંકાર.

98.

તારી કરોડો કર કોશીસ તોય
સાથ તો એક'દી છૂટવાનો.
બંધ રાખજે ભલે પાંપણને
તોય સપનું અવશ્ય તૂટવાનો.
સાથ હસે સૌ સગા સબંધી
હસે હમસફર કે હમદર્દ ,
જકડી રાખશે પ્રેમ ઝંઝીરથી,
તોય શ્વાસ તો એક'દી ખૂટવાનો.